AF747014

கஸ்டமர் சைக்காலஜி

சதீஷ் கிருஷ்ணமூர்த்தி

அமெரிக்காவில் டெம்பிள் யூனிவர்சிடியில் எம்.பி.ஏ. படித்தவர். கவின்கேர், கிரிக்கின்ஃபோ, ரிலையன்ஸ் போன்ற நிறுவனங்களில் மார்க்கெட்டிங் துறையில் முன்னணிப் பதவிகளை வகித்தவர். மெக்கேன் எரிக்ஸன், முத்ரா போன்ற விளம்பர நிறுவனங்களில் மேலாளராகப் பணி புரிந்தவர். தற்போது சிறிய மற்றும் நடுத்தர நிறுவனங்களுக்கு மார்க்கெட்டிங் ஆலோசகராக இருக்கிறார். அத்துடன் பிரபல நிர்வாகவியல் கல்லூரிகள், தொழிற்துறை சங்கங்கள் மற்றும் கம்பெனிகளில் மார்க்கெட்டிங் துறையில் பாடங்களும் பயிற்சி வகுப்புகளும் நடத்துகிறார்.

ஆசிரியரின் பிற புத்தகங்கள்

மார்க்கெட்டிங் மாயாஜாலம்

விளம்பர மாயாஜாலம்

மார்க்கெட்டிங் பஞ்ச மாபாதகங்கள்

போட்டுத் தள்ளு

பட்டைய கிளப்பு: ப்ராண்ட் பற்றிய க்ராண்ட் அறிமுகம்

பிசினஸ் சைக்காலஜி

வியாபார வியூகங்கள்

பிசினசில் தற்கொலை செய்து கொ'ல்'வது எப்படி?

பிசினஸ் டிப்ஸ்

கஸ்டமர் சைக்காலஜி

சதீஷ் கிருஷ்ணமூர்த்தி

கிழக்கு

கஸ்டமர் சைக்காலஜி
Customer Psychology
Satheesh Krishnamurthy ©

First Edition: February 2021
152 Pages

ISBN 978-81-949321-4-7
Kizhakku - 1223

Kizhakku Pathippagam
177/103, First Floor,
Ambal's Building, Lloyds Road,
Royapettah, Chennai - 600 014.
Ph: +91-44-4200-9603

Email : support@nhm.in
Website : www.nhm.in

kizhakkupathippagam
kizhakku_nhm

Author's email id: satheeshkrishnamurthy@gmail.com

Kizhakku Pathippagam is an imprint of New Horizon Media Private Limited.

மார்க்கெட்டிங் விதிகள்

முதல் விதி

வாடிக்கையாளர் சொல்வதே சரி.

இரண்டாம் விதி

வாடிக்கையாளர் சொல்வது
தவறென்று நினைத்தால்
முதல் விதியை மீண்டும்
ஒரு முறை படிக்கவும்.

பொருளடக்கம்

ப்ரமோஷன் சைக்காலஜி

முன்கதைச் சுருக்கம்

கஸ்டமர்களால் மார்க்கெட்டர்களுக்குப் பல பிரச்னைகள். அதில் முக்கியமானது, அவர்கள் அடிக்கடிச் சொல்லும் வார்த்தையான 'அப்புறம்'.

'இப்ப எதுக்கு இது, அப்புறம் வாங்கிக்கலாம்.'

'இத செலக்ட் பண்ணி வச்சிருக்கேன், ஆனா அப்புறம் வாங்கிக்கறேன்.'

'ஏற்கெனவே ஒண்ணு இருக்கு, அப்புறம் வாங்கிக்கலாம்.'

இப்படி எல்லா வாடிக்கையாளர்களும் அப்புறம் வாங்கலாம் என்று சொல்லிவிட்டால் இன்றைக்கு எதை வாங்குவார்கள்? செய்யும் வியாபாரம் என்ன ஆவது. இன்று எதை விற்பது. அப்புறம், அப்புறம் என்று அனைவரும் வாங்காமல்விட்டால் அந்த 'அப்புறம்' வரும் போது இப்போது அவர்களுக்கு இருக்கும் வாங்கும் ஆசை அப்போது இருக்குமா. அல்லது இதைவிட பெட்டரான பொருள் அவர்கள் கண்ணில் பட்டுத் தொலைத்து அதை வாங்கிவிட்டால் என்ன செய்வது. அப்புறம் எங்கிருந்து நம் ப்ராண்டை அவர்கள் வாங்குவது?

இப்போது புரிகிறதா இந்த பாழாய்ப்போன 'அப்புறம்' என்ற ஒன்றால் மார்க்கெட்டர்களுக்கு எத்தனை பிரச்னை என்று.

அதற்காக 'ம்ம்ம், மரியாதையாக வாங்கு' என்று கஸ்டமர்களை மிரட்டவா முடியும். கெஞ்சிக் கேட்டாலே காதில் விழாததுபோல் போகப் பழகிவிட்டார்கள். 'அப்புறம்' என்று கூறுபவர்களை இன்றே, இப்போதே நம் பொருள்களை வாங்கவைக்க வழி இருக்கிறதா?

வாங்குவதை விடுங்கள். கஸ்டமர்களை நம் சொல்பேச்சு கேட்கவைக்க முடியுமா? நாம் இழுத்த இழுப்புக்கு வரவைக்க

முடியுமா? அதற்கு ஏதேனும் மந்திர மாயம், காயகல்பம் இருக்கிறதா?

பேஷாய் இருக்கிறது.

நூறு சதவிகித காரண்டியான ரிசல்ட் இல்லாவிட்டாலும் பெருமளவு நம் வழிக்கு அவர்களைக் கொண்டுவர வழி இருக்கிறது.

அதன் பெயர் உளவியல்!

ஒரு காலத்தில் உளவியல் தத்துவங்கள் என்பவை உளவியல் ஆராய்சியாளர்கள், உளவியல் பேராசிரியர்கள் என்ற ஒரு சிறிய கூட்டத்தினருக்குள் மட்டுமே சிக்குண்டு கிடந்தன. இப்போதுதான் ஜனரஞ்சக உளவியல் என்று உருமாறி சாதாரண மக்கள்கூட அதைத் தெரிந்துகொள்ள ஏதுவாக மாறிவருகிறது.

கஸ்டமரைக் கவர்ந்து வாடிக்கையாளரை வசியப்படுத்த வழி தேடும் மார்க்கெட்டருக்கு உளவியல் தத்துவங்கள் ஒரு வரப்பிரசாதம். 'லாஸ் அவர்ஷன்', 'ப்ராஸ்பெக்ட் தியரி', 'டிமினிஷிங் சென்ஸிடிவிடி', 'பற்றாக்குறை கோட்பாடு' என்று ரக வாரியாக சைஸ் வாரியாக உளவியல் தத்துவங்களைக் கையில் எடுத்து கேர்ஃபுல்லாகக் கையாண்டு நினைத்ததை ஓரளவாவது சாதிக்கமுடிகிறது கில்லாடி மார்க்கெட்டர்களால்.

இப்படிச் சொல்வதால் உளவியல் கொண்டு மற்றவர் மனதைக் கட்டுப்படுத்த முடியும்; 'ஆடுறா ராமா' என்று அவர்களை ஆடவைக்க முடியும் என்று நினைத்துவிடாதீர்கள். அப்படி நினைத்தால் முதல் காரியமாய்போய் அந்த எண்ணத்தைத் தலைமுழுகுங்கள். அதன் பின் வந்து, விட்ட இடத்திலிருந்து இந்தப் புத்தகத்தைப் படிக்க ஆரம்பியுங்கள்.

மக்களுக்குத் தேவையிருந்தால் மட்டுமே உங்கள் பொருளை வாங்குவார்கள். யாரும் யாரையும் வசப்படுத்தி, மயக்கி காரியத்தைச் சாதித்துக்கொள்ள முடியாது. தேவையிருந்தால் மட்டுமே உங்கள் பேச்சைக் கேட்பார்கள். என்ன... கஸ்டமர்கள் நினைப்பதை, வாங்குவதை எளிதாக்க வேண்டுமானால் உளவியல் தத்துவங்கள் பயன்படும். அவர்கள் நினைப்பதை, வாங்குவதை ஓரளவாவது துரிதப்படுத்தலாம். நாம் நினைப்பதையெல்லாம் உளவியல் கொண்டு சாதித்துவிட முடியாது. இதை மனதில் வைத்துக்கொண்டு இந்தப் புத்தகத்தைப் படித்தால் பயன் உண்டு.

கஸ்டமர் சைக்காலஜி என்பது மக்கள் ஏன், எப்படி, எதை வாங்குகிறார்கள் என்பதை ஆராயும் இயல். மார்க்கெட்டிங்

செயல்பாடுகள் எப்படி அவர்களைப் பாதிக்கின்றன; கஸ்டமர்களின் ஆழ்மனதிலுள்ள அறிவாற்றல் அவர்கள் செய்யும் தேர்வுகளை எப்படிப் பாதிக்கிறது, எதை ஏன் எப்படி வாங்குகிறார்கள் என்பதை ஆராயும் தியரிகளின் தொகுப்புதான் கஸ்டமர் சைக்காலஜி.

கஸ்டமர் சைக்காலஜி அவ்வளவு லேசுப்பட்டதல்ல. இந்த இயலைப் புரிந்துகொள்ள பல மார்க்கெட்டர்கள் மெனெக்கெட்டும் முடிவதில்லை. ஏனெனில், கஸ்டமர்கள் எப்போதும் ரேஷனலாக நடப்பதில்லை. ஏன் சிலவற்றைச் செய்கிறோம் என்பது நமக்கே தெரியாதபோது அதை எப்படி மற்றவர்கள் புரிந்துகொள்ளமுடியும். நம் மூளை நமக்குள் இருந்தாலும் அது நடந்துகொள்ளும் முறை நமக்கே தெரிவதில்லை. அது போல்தானே கஸ்டமர்களும். அவர்கள் நடந்துகொள்ளும் முறை அவர்களுக்கே பல நேரங்களில் புரியாத போது மார்கெட்டர்களுக்கு மட்டும் தெளிவாகப் புரிந்துவிடவா போகிறது?

இதுவரை மார்க்கெட்டர்கள் உளவியல் வல்லுனர்களாக இல்லாமல் இருந்திருக்கலாம். ஆனால் போட்டி நிறைந்த இன்றைய மார்க்கெட்டில் இனியும் அப்படி இருக்கக்கூடாது. கஸ்டமர் சைக்காலஜியைப் புரிந்துகொள்ள இந்த இயலைப் படித்துப் புரிந்துகொள்ள முயற்சி செய்யவேண்டும். நீங்கள் படிக்கவில்லை என்றால் உங்கள் போட்டியாளர் இந்நேரம் அந்த இயலைப் படித்துக்கொண்டிருப்பார் என்பதை நினைத்துப் பாருங்கள். படித்துப் புரிந்துகொள்ளவேண்டிய அவசரம் உங்களுக்கே புரியும்.

ஸ்மார்ட் மார்க்கெட்டர்கள் இந்த இயலைத் தெரிந்துகொள்ளத் தொடங்கியிருக்கின்றனர். இப்புத்தகத்தை நீங்கள் கையில் எடுத்திருக்கிறீர்கள் என்றால் உங்களுக்கும் இந்த இயல் பற்றிக் கொஞ்சமாவது தெரிந்துகொள்ள ஆவல் வந்திருக்கிறது என்று அர்த்தம். அந்த ஆர்வத்தை அப்படியே கெட்டியாய் பிடித்துக் கொண்டு மேலே படியுங்கள்.

இப்படிச் சொல்வதால் இப்புத்தகத்தைப் படித்து முடிக்கும் போது கஸ்டமர் சைக்காலஜியைக் கரைத்துக் குடித்திருப்பீர்கள் என்று கூசாமல் பொய் கூறமாட்டேன். ஆனால் இப்போதிருப்பதை காட்டிலும் இப்புத்தகத்தைப் படித்து முடித்திருக்கும்போது கஸ்டமர் பற்றிய ஞானம் அரை அடியாவது உங்களுக்கு அதிகரித்திருக்கும் என்று தோராயமாய் கூறுவேன்.

கஸ்ட்மர், சைக்காலஜி என்று கூறுவதால் இதெல்லாம் புரியுமா என்று பயப்படாதீர்கள். சின்னச் சின்ன விஷயங்கள் பற்றித்தான் பேசப் போகிறேன். உங்கள் எண்ணத்தில், நம்பிக்கைகளில், அணுகு

முறையில் சின்னச் சின்ன மாற்றங்கள் செய்யும்விதம் பற்றிப் பார்க்கப் போகிறோம். இந்த இயல் பற்றித் தெரிந்துகொள்வதால் ஓரளவாவது உங்களால் மாற்றங்களைக் காணமுடியும். கஸ்டமர்களை ஓரளவாவது தூண்டமுடியும்.

கச்சேரி வாசிப்பதற்கு முன் இசைக் கலைஞர் சுருதி சேர்ப்பது போல், ஆபரேஷன் செய்வதற்கு முன் சர்ஜன் தன்னைத் தயார் செய்துகொள்வது போல், விளையாடச் செல்லும் முன் கோச் தன் அணியினரைத் தயார் செய்வது போல் மார்க்கெட்டிங் செயல்கள் புரியும் உங்கள் தயார் செய்துகொள்ள இந்தப் புத்தகம் ஓரளவாவது உதவும். உதவவேண்டும்.

உங்களுக்கு உதவும் பொருட்டு கஸ்டமர் சைக்காலஜியின் சில அம்சங்களையாவது உங்களுக்கு எளிதாகப் புரியும் வண்ணம் அதன் முக்கிய விஷயங்களை அப்படியே தராமல் மார்க்கெட்டிங்கின் தார்மிக மந்திரமான 'ஃபோர் பி' (4 Ps) என்ற வரைமுறைப்படி பிரித்துத் தந்திருக்கிறேன். புரிய எளிதாகும் என்ற நம்பிக்கையில். முதலில் 'ஃபோர் பி' பற்றிய ஒரு சிறிய அறிமுகம்.

மார்க்கெட்டராய் நீங்கள் வாடிக்கையாளருக்கு ஒன்றை அளிக்கிறீர்கள். நீங்கள் அளிக்கும் ஆஃபரில் நான்கு முக்கிய அம்சங்கள் உண்டு. அவை முறையே பொருள், விலை, விநியோகம், விற்பனை மேம்பாடு. இந்த நான்கின் கலவைதான் உங்கள் பொருளின் வெற்றியை நிர்ணயிப்பவை.

இந்த நான்கு அம்சங்களையும் ஆங்கிலத்தில் ப்ராடக்ட், ப்ரைஸ், ப்ளேஸ், ப்ரமோஷன் என்று சுருக்கமாக 'ஃபோர் பி' என்று கூறுவார்கள். இந்தக் கலவைக்கு மார்க்கெட்டிங் மிக்ஸ் என்று பெயர். இதை 1953ல் முதலில் விளக்கியவர் 'அமெரிக்க மார்க்கெட்டிங் அசோசியேஷன்' தலைவராக இருந்த 'நீல் பார்டன்'.

ப்ராடக்ட் என்பது பொருள் வடிவமைப்பு, சிறப்பு அம்சங்கள், அதன் தோற்றம், பெயர், மாடல்கள், தரம், பேக்கேஜிங், லேபிள் போன்றவற்றை அடங்கியது.

ப்ரைஸ் என்பது விலைக் கொள்கைகள், லாப விகிதம், டிஸ்கவுண்ட், கடன் வசதி, பணம் கட்டவேண்டிய வழிமுறை, தவணை முறை போன்றவற்றை அடங்கியது.

ப்ளேஸ் என்பது விற்பனை சேனல்கள், சேனல் வடிவம், சேனல் உறுப்பினர்கள், விற்பனையாளர்கள் கமிஷன், விநியோக முறை, போக்குவரத்து, சேமிப்புக் கிடங்கு, பொருள் கையிருப்பின் அளவு போன்றவற்றை அடங்கியது.

ப்ரமோஷன் என்பது விளம்பரம், மீடியா, விற்பனை மேம்பாட்டுச் சலுகைகள், மக்கள் தொடர்பு, நேரடி விற்பனை, விற்பனையாளர் அளவு, விற்பனையாளர் திறன் போன்றவற்றை அடங்கியது.

வாடிக்கையாளரை நம் பொருளை வாங்கத் தூண்டுவதும், தொடர்ந்து வாங்கச் செய்வதும் இந்த நான்கும்தான். ஃபோர் பி-யின் சரியான கலவை அமைய மெனக்கெடவேண்டும். பல நேரங்களில் இது ஒரு ட்ரையல் அண்ட் எர்ரர் ப்ராசஸ்தான். பொறுமை வேண்டும். சரியாய் தேடிப் பிடிக்கும் திறமை வேண்டும்.

மார்க்கெட்டரின் ஆதிக்கத்துக்கு உட்பட்டவை மார்க்கெட்டிங் மிக்ஸ். பொருள் எப்படி இருக்கவேண்டும் என்பதிலிருந்து அதன் விலை என்னவாக இருக்கலாம் என்பதுவரை, அதை எங்கு விற்பது என்பது முதல் எப்படி விற்கலாம் என்பதுவரை அனைத்து முடிவுகளும் மார்க்கெட்டர்களின் ஆதிக்கத்துக்கு உட்பட்டது. சொல்லப் போனால் ஒரு மார்க்கெட்டரின் ஆதிக்கத்துக்குட்பட்ட ஒரே விஷயம் இந்த ஃபோர் பி தான்.

ஃபோர் பி பற்றி சுருக்கமாய்தான் சொல்லியிருக்கிறேன், புத்தகத்தின் நோக்கம் அதைச் சொல்வதல்ல என்பதால். ஃபோர் பி பற்றி மேலும் அறிந்துகொள்ள விருப்பம் உள்ளவர்கள் 'மார்க்கெட்டிங் மாயாஜாலம்' என்கிற என் புத்தகத்தை படிக்கலாம். அதில் ஒவ்வொரு பி-யையும் விரிவாக விளக்கியிருக்கிறேன்.

மீண்டும் கஸ்டமர் சைக்காலஜிக்கு வருவோம். குதிரை மீது ஏறி ஓட்ட விருப்பமுள்ளவன் முதலில் அது போகும் வழியில் மெதுவாய் சென்று அதைத் தட்டிக் கொடுத்து, தான் செல்ல நினைக்கும் பாதைக்குப் பதமாகத் திருப்பவேண்டும். அதுபோல் அணுகவேண்டிய இயல் கஸ்டமர் சைக்காலஜி. கஸ்டமரைப் புரிந்துகொள்ள அவர் போக்கை முதலில் புரிந்துகொண்டு மெதுவாய் தன் போக்குக்குத் திருப்பும் வழியைத் தெரிந்துகொள்வது. இதைத் தெளிவாகப் புரிந்துகொண்டு திறனாகச் செலுத்தினால் வெற்றியூர் செல்வது நிச்சயமில்லை என்றாலும் பட்டுக்கொண்டு புத்தூர் சென்று கட்டுப் போட்டுக்கொள்ளத் தேவையிருக்காது.

சியர்ஸ்

சதீஷ் கிருஷ்ணமூர்த்தி

ப்ராடக்ட் சைக்காலஜி

உங்கள் வாடிக்கையாளரின் தேவையைப்
பூர்த்தி செய்ய நீங்கள் அவருக்கு
அளிக்கும் பொருள் அல்லது சேவை.
உங்கள் ப்ராண்ட் உள்ளிருக்கும் பொருள்.
அந்த பொருளும் அதற்கு
தொடர்புடைய அம்சங்களும்.

பொருள் வடிவமைப்பு, சிறப்பு அம்சங்கள்,
தோற்றம், பெயர், மாடல், கலர்,
சைஸ், தரம், பேக்கேஜிங்,
லேபிள், இன்ன பிற...

1 ஏகப்பட்ட ஃபீச்சர் வாடிக்கையாளருக்கு டார்ச்சர்

உங்களிடம் ஒன்று கேட்பேன். பொய் சொல்லாமல் பதில் சொல்லவேண்டும். ரெடியா?

உங்கள் டீவி ரிமோட்டில் ஏகப்பட்ட பட்டன்கள் இருக்கின்றனவே. அதில் ஆன் ஆஃப், சேனலை மாற்றுவது, ஒலியைக் கூட்டிக் குறைப்பது என்ற மூன்று நான்கு பட்டன்களைத் தவிர வேறு எதையாவது உபயோகித்திருக்கிறீர்களா? அட்லீஸ்ட் உபயோகிக்கவாவது தெரியுமா?

தெரியாதா? கையைக் கொடுங்கள். எனக்கும் தெரியாது. எங்கே நான் மட்டும்தான் இப்படி இருக்கிறேனோ என்று பயந்துகொண்டிருந்தேன். கம், ஜாய்ன் தி க்ளப்!

நானும் நீங்களும்தான் என்றில்லை. நான் பார்த்தவரை, கேட்டவரை பலருக்குத் தெரிய வில்லை. இதில் இன்னும் என்ன பெரிய திருப்தி என்றால், நமக்குத் தெரிந்த அளவுக்குக்கூட அவர் களுக்குத் தெரியவில்லை.

பிறகு எதற்கு ரீமோட்டில் கடுகு தாளித்துக் கொட்டியதுபோல் இத்தனை பட்டன்கள் வைத்திருக்கிறார்கள்? ஒருவருக்கும் தெரியாமல், பலருக்கும் பயன்படாமல் ஏன் இத்தனை

அம்சங்கள்? ஆளே இல்லாத கடையில் யாருக்கு டீ ஆற்றுகிறார்கள் டீ.வி கம்பெனிகாரர்கள்?

இதற்குக் காரணம் 'ஃபீச்சர் க்ரீப்' (Feature Creep) என்ற கோட்பாடு. ஒரு விஷயத்தை அளிக்கும்போது அதைண் சார்ந்த, சாராத, சேர்ந்த சேராத விஷயங்களையும் சேர்த்து அளிப்பதற்கு ஃபீச்சர் க்ரீப் என்று பெயர்.

அதாவது தயாரிக்கும் பொருளுக்குத் தேவைப்படும், தேவைப்படாத, வேண்டிய, வேண்டாத அம்சங்களை ஏகத்துக்கும் திணிப்பது. க்ரீப் என்ற ஆங்கில வார்த்தைக்கு 'நுழைப்பது' என்று அர்த்தம்.

ஃபீச்சர் க்ரீப் என்பதை அம்சங்களின் அணிவகுப்பு என்றும் கூறலாம். எதை, எதற்கு, யாருக்கு, எப்படி அளிக்கிறோம் என்பது பற்றி தெளிவான சிந்தனை இல்லாதபோது பல கம்பெனிகள் தாங்களும் இக்கோட்பாட்டில் சிக்கி வாடிக்கையாளர்களையும் வக்கணையாகச் சிக்க வைக்கின்றன.

எந்தப் பொருளையும் வடிவமைக்கும்போது அதை வடிவமைப்ப வர்கள் நல்ல எண்ணத்துடன்தான் ஆரம்பிக்கிறார்கள். 'இது நன்றாக இருக்கும்' என்று ஒருவர் ஓர் அம்சத்தைக் கூறுவார். அது வடிவமைப்பதில் சேர்த்துக்கொள்ளப்படும். இன்னொருவர் 'இது இல்லையென்றால் எப்படி' என்று இன்னொரு அம்சத்தை சஜஸ்ட் செய்வார். அதுவும் சேர்க்கப்படும். 'இதோ இந்த இடம் காலியாக இருக்கே, இதுல இந்த பட்டனை வைக்கலாமே' என்று மூன்றாவதாக ஒருவர் முனகுவார். எதற்கு குறை என்று அந்த ஐட்டமும் ஆட்டத்தில் சேர்த்துக்கொள்ளப்படும்.

இதுபோல் ஒவ்வொருவரும் ஒவ்வொன்றாய் சொல்லிக்கொண்டே போக அவர்கள் சொல்லும் அம்சங்கள் எல்லாம் வடிவமைப்பில் சேர்த்துக்கொண்டேபோக சாதாரண டீவி ரிமோட்கூட நாளொரு அம்சமும் பொழுதொரு ஐட்டமுமாய் வளர்ந்து, பிரிந்து, விரிந்து கடைசியில் ஸ்ரீஹரிக்கோட்டா கண்ட்ரோல் ரூம் போல் மாறுகிறது.

கம்பெனிகள் என்னவோ வாடிக்கையாளர்களுக்குப் பயன் தருமே என்று நல்ல எண்ணத்துடன்தான் தங்கள் ப்ராண்டுகளின் அம்சங்களை அடுக்குகிறார்கள். ஆனால் ஏகப்பட்ட ஐட்டங்களை அடுக்கி, எக்கச்சக்க அம்சங்களைச் சொருகுவதால் வாடிக்கையாளர்கள் எது என்ன, எதை எங்கு எப்படிப் பயன்படுத்துவது என்று குழம்பி எதற்கு வம்பு... தெரிந்த விஷயங்களை மட்டும் உபயோகித்துப் தொலைப்போம் என்ற நிலைக்குத் தள்ளப்படுகிறார்கள்.

வாங்கிய பொருளில் புரியாத அம்சங்களை மற்றவரிடம் கேட்டுத் தெரிந்துகொள்ளலாம்தான். ஆனால் நமக்குத் தெரிந்த விஷயம்கூட அடுத்தவருக்குத் தெரியாத பட்சத்தில் யாரிடம் சென்று எதைக் கேட்பது என்று க்விஸ் நிகழ்ச்சிகளில் தெரியாத கேள்விக்கு, 'பாஸ்' சொல்வதுபோல் புரியாத பொருளின் அம்சங்களை விட்டுகிறார்கள்.

பொருளில் உள்ள தெரியாத அம்சங்கள் பற்றித் தெரிந்துகொள்ளத் தேவையான முயற்சி அதைத் தெரிந்துகொண்டு பயன்படுத்தும் சுகத்தைவிட அதிகம் என்றால் அந்த அம்சங்களைப்பற்றித் தெரிந்துகொள்ளாமலேயே விட்டுவிடுகின்றனர். நீங்கள் நானும் ரிமோட்டில் உள்ள பட்டன்களை நமக்கு இல்லை என்று விட்டுவிடுவதுபோல!

அமெரிக்க 'ந்யூ யார்க் டைம்ஸ்' கட்டுரையாளர் 'டேவிட் போக்' இதைப் பற்றி 2006-ல் 'டெட்' (Ted) கான்ஃபரென்ஸில் பேசி அதை அனைவரிடம் படம் வரைந்து பாகங்களைக் குறிப்பிட்டும் காட்டினார். கம்யூட்டரில் 'மைக்ரோசாஃப்ட் வேர்ட்' சாஃப்ட்வேரில் டைப் செய்திருப்பீர்கள். அந்த சாஃப்ட்வேரில் உள்ள ஒவ்வொரு டூல் பாரையும் அந்த நிகழ்ச்சியில் ஓப்பன் செய்து அனைவரிடமும் காட்டினார். ஸ்க்ரீன் முழுவதும் டூல்பார் தான் இருந்ததே ஒழிய டைப் செய்ய அங்கு இடமே இல்லை!

இப்படி அம்சங்களை அடுக்கி அனைத்தையும் தருவது வாடிக்கையாளர்களுக்குத்தான் பிரச்னை என்று நினைக்காதீர்கள். கம்பெனிகளுக்குப் பெரிய தலைவலியாகிக் கொண்டிருக்கிற கோட்பாடு இது. அமெரிக்காவில், வாங்கிய பொருளைப் பிடிக்காமல் திருப்பித் தருவதால் ஏற்படும் நஷ்டம் சில நூறு பில்லியன் டாலர்களாம். அப்படித் திருப்பித் தரப்படும் பொருள்களில் எந்தக் குறையும் இல்லை என்று 'ஃபிலிப்ஸ்' கம்பெனி ஆய்வு கூறுகிறது. பொருளை உபயோகிக்கத் தெரியாமல் திருப்பித் தருபவர்களின் கைங்கர்யத்தால் விளையும் கர்மம் இது!

இப்பிரச்னை பற்றி கம்பெனிகளுக்குத் தெரியாமல் இல்லை. நஷ்டப்படுவது தெரிந்தும் ஏன் கம்பெனிகளால் இப்பிரச்னையைத் தடுக்க முடியவில்லை?

இதற்கு பாதி காரணம் பொருளை வடிவமைக்கும் கம்பெனியின் ஆர் அண்டு டி (R&D) மற்றும் இன்ஜினியர்கள். வடிவமைப்பவர்கள் பொருளை உபயோகிப்பதில்லை. அவர்களுக்கு எந்த அம்சம் முக்கிய மாகப்படுகிறதோ அது வாடிக்கையாளர்களுக்கு முக்கியமாகத் தெரிவதில்லை. மேலும் பொருளை வடிவமைப்பவர்கள்

தொழிற்நுட்பத்தில் தேர்ந்த விற்பன்னர்கள். தங்கள் அசாத்திய திறமையைத் திரளாகத் திரட்டிப் பொருளை மெருகேற்றுகிறோம் என்று திகட்டும் அளவுக்கு அம்சங்களை அடுக்கிப் பொருளை வடிவமைக்கிறார்கள். வடிவமைத்த பொருள் தங்கள் திறமையின் வெளிப்பாடு, தங்கள் பெருமைக்கு எடுத்துக்காட்டு என்று நினைக்கிறார்கள்.

போதாக்குறைக்கு பலருக்கு 'அறிவின் சாபம்' பீடித்து, தங்களுக்குத் தெரிவது மற்றவர்களுக்கு எளிதாகப் புரியும் என்று நினைக்கிறார்கள். இந்த Curse of knowledge பற்றியும் இதன் பாதிப்பையும் பற்றி அதிகம் தெரிந்துகொள்ள நான் எழுதிய 'பிசினஸ் டிப்ஸ்' புத்தகத்தை முடிந்தால் வாங்கிப் படியுங்கள். முடியாதவர்களுக்கு இதோ அந்தக் கோட்பாட்டைப் பற்றிய ரத்தினச் சுருக்கம்.

நமக்குத் தெரிந்த ஒன்று மற்றவருக்குத் தெரியாமல் இருக்கும்போது அதைப்பற்றி நமக்குத் தெரியாமல் இருந்தால் எப்படி இருக்கும் என்பதை மறக்கிறோம் பாருங்கள், அதுதான் அறிவின் சாபம்.

இந்த வியாதியினால் உங்களுக்குத் தெரிந்த ஒன்றைப் பற்றி மற்றவரின் கோணத்திலிருந்து பார்க்க மறுக்கிறீர்கள். அதை அவருக்குப் புரியும்படிக் கூறத் தவறுகிறீர்கள். அறிவின் சாபத்தால் உங்களுக்குத் தெரிவது மற்றவருக்கும் தெரிந்திருக்கும் என்று கருதி நீங்கள் சொல்வது அவருக்கு புரியும், புரிந்துவிடும் என்று முடிவு செய்கிறீர்கள். அவருக்குப் புரியாதபோது அவர் மீது கோபம் கொண்டு சபிக்கிறீர்கள். சாபம் உங்கள் அறிவைத்தான் பீடித்திருக்கிறது என்பதை மறந்து!

சரி, விட்ட இடத்திலிருந்து தொடர்வோம். பொருளை, கம்பெனி தனது திறமைக்கேற்ப வடிவமைக்கிறது. ஆனால் அப்பொருளை வாங்கி உபயோகிப்பவர்கள் உங்களை, என்னைப் போன்ற சாமனியர்கள். ரிமோட் என்றால் சேனலை மாற்ற, ஒலியைக் கூட்ட, குறைக்க என்று நினைத்துப் பழக்கப்பட்டவர்கள். அதனால் வாங்கிய பொருளில் உள்ள தொழில்நுட்பப் புதுமைகள் பலருக்கும் புரியாத மொழிப் படம் பார்ப்பதுபோல் இருக்கிறது. என்னதான் படித்துத் தெரிந்துகொள்ள முயன்றாலும் ஒரு எழவும் புரியமாட்டேன் என்கிறது.

ஒன்றும் வேண்டாம், உங்கள் செல்ஃபோனில் ஏகப்பட்ட அம்சங்கள் இருக்கின்றன. அதில் எத்தனை உபயோகிக்கிறீர்கள்? பேச, மெசேஜ் அனுப்ப என்று ஆரம்பித்து அலாரம், எஃப்.எம் ரேடியோ, பாட்டு, படம் பார்க்கும்வரைதான் வளர்ந்திருக்கிறோம். அதற்கு மேல் உள்ள அம்சங்களை 'சீ சீ அதெல்லாம் வேண்டாம்' என்று ஒதுக்கி விடுகிறோம்.

ஃபீச்சர் க்ரீப் பிரச்னைக்குப் பாதி காரணம் பொருளைப் படைத்தவர்கள் என்றால் மீதிக்கு முழு பொறுப்பு ஏற்க வேண்டியவர்கள் வாடிக்கையாளர்கள். ஒரு பொருளை வாங்கும் போது அதில் அளவுக்கு அதிகமான புதிய அம்சங்கள் இருக்கின்றன என்று தெரிந்தால் 'ஆஹா எத்தனை மேட்டர், தரும் காசுக்கு மேலேயே பலன் கிடைக்கும்' என்று கனவுடன் கனகாரியமாக பொருளை வாங்கவேண்டியது. வாங்கிய பொருளை வீட்டில் உபயோகிக்க முயலும்போது ஒன்றும் புரியாமல் 'இந்த எழவெல்லாம் கடையிலதான் வேலை செய்யும் போலிருக்கு' என்று அலுத்துக்கொள்ளவேண்டியது.

சமீபத்தில் மார்க்கெட்டிங் வல்லுனர்கள் நடத்திய ஆய்வு இதை இன்னமும் தெளிவாக விளக்கும். ஒரு எலக்ட்ரானிக் பொருளின் மூன்று மாடல்கள் பலரிடம் காட்டப்பட்டு அந்த மூன்றில் எந்த மாடல் பிடித்திருக்கிறது என்று கேட்கப்பட்டது. மூன்றுமே ஒரே பொருள்தான் என்றாலும் முதல் மாடலைவிட இரண்டாவது மாடலில் எக்ஸ்ட்ரா அம்சங்கள் இருந்தன. மூன்றாவது மாடலில் மற்ற இரு மாடல்களைவிட அதிகமான அளவு அம்சங்கள் இருந்தன.

ஆய்வில் கலந்துகொண்டவர்களில் அறுபது சதவீதம் பேர் அதிக அம்சங்கள் இருந்த மூன்றாவது மாடலைத் தேர்ந்தெடுத்தனர். அவர்களிடம் அந்த மாடல் அளிக்கப்பட்டு அதை வீட்டுக்கு எடுத்துச் சென்று உபயோகிக்கச் சொன்னார்கள்.

அங்கு பிடித்தது அனைவருக்கும் 'ஃபீச்சர் ஃபெடீக்' (Feature fatigue). அதாவது அதிக அம்சங்களால் ஏற்பட்டும் அசதி. தாங்கள் விரும்பித் தேர்ந்தெடுத்த மாடலைப் புரிந்துகொண்டு பயன்படுத்தப் படாதபாடு பட்டு 'சே, ஃபீச்சர் குறைவாய் இருந்தாலும் தெளிவாக இருந்த அந்த முதல் மாடலையே தேர்வுசெய்து தொலைத்திருக்கலாம்' என்றனர். ஃபீச்சர் க்ரீப்பின் ஃபீச்சர் இதுதான்!

ஃபீச்சர் க்ரீப் என்பது நம் வாழ்க்கையில் ஊறிப்போன ஒரு விஷயம் என்று தோன்றுகிறது. ஒன்றும் வேண்டாம். பொது இடங்களில் நம்மைச் சந்திப்பவர்கள் 'சௌக்கியமா' என்று கேட்டால் 'சௌக்கியம்' என்று ஒரு வார்த்தையில் பதில் சொல்ல நம்மால் முடிகிறதா?

'அத ஏன் கேக்கறீங்க. நேத்து காலம்பர சீக்கிரம் எழுந்து தொலைக்க வேண்டியதா போச்சு. நிறைய வேலை. வெயில்ல நாயா அலைஞ்சு ஒத்த தலைவலி வந்து பெரிய அவஸ்த்தையா போச்சு. பத்தாக் குறைக்கு ராத்திரி வீட்டுக்கு வந்தா வீட்டில கரண்ட் வேற இல்ல. தவிச்சுப் போயிட்டேன். ரொம்ப முடியாம பொடி நடையா ராயர்

மெஸ்ஸுக்கு போய், சூடா ஒரு காபி குடிச்சுட்டு, அப்படியே டப்பா செட்டி கடைக்கு லொங்கு லொங்குன்னு நடந்துபோய், சூரியனார் சுப்புணி சூரணம் வாங்கி நெத்தில தேய்ச்சு ஒரு உருண்டை வாயில போட்டதுக்கு அப்புறம்தான் கொஞ்சத்துக்கு கொஞ்சம் தேவலையாச்சு' என்று இழுத்து பதிலளிக்கிறோம்.

பார்த்த மரியாதைக்கும் பழகிய பாவத்துக்கும் ஒருவர் தெரியாத்தனமாய் நம்மை விசாரிக்கிறார். பதில் மரியாதைக்கு 'சௌக்கியம்' என்று கூறிப் போவதைவிட்டு ஒத்தைத் தலைவலி, ராயர் மெஸ், டப்பா செட்டி கடை, சூரணம் என்று தேவையற்ற விஷயங்களை பில்டப் செய்து, 'ஏன்டா கேட்டோம்' என்று விசாரித்தவருக்கே ஒத்தைத் தலைவலி வரும் அளவுக்கு நீட்டி முழக்கி கதை சொல்கிறோமே, இதுவும் ஒரு வகையில் ஃபீச்சர் க்ரீப்தானே!

நம் கூடவே பிறந்த வியாதியான இந்த ஃபீச்சர் க்ரீப்பை வியாபாரம் வரை இழுத்து வாடிக்கையாளர்களையும் சேர்த்து டார்ச்சர் செய்கிறோம். இனியும் வாடிக்கையாளர்களுக்குப் பிடிக்கும் என்று தேவையில்லாத அம்சங்களை உங்கள் பொருளில் சேர்த்துக் கொண்டே போகாதீர்கள். சேர்க்கச் சேர்க்க உங்களுக்கும் கடுப்பு வரும். அதைப் பார்க்கப் பார்க்க அவருக்கும் வெறுப்பு வரும். வெறுப்புடன் எந்த வாடிக்கையாளரும் உங்கள் ப்ராண்டை வாங்கப்போவதில்லை!

அடுத்த முறை பொருளை வடிவமைக்கும்போது யாரேனும் இந்த அம்சத்தையும் சேர்க்கலாமே என்று கூறினால் ஒன்றுக்கு இரண்டு முறை அந்த அம்சம் தேவையா என்று தீர ஆராயுங்கள். போட்டியாளர் பொருளில் இருக்கிறது, நாமும் வைக்கலாமே என்றால் போட்டியாளர் பொருளைப் பயன்படுத்தும் வாடிக்கையாளர் அந்த அம்சத்தைப் பயன்படுத்துகிறாரா என்று ஆராயுங்கள். இல்லை, பல வாடிக்கையாளர்கள் இந்த அம்சம் வேண்டும் என்று கேட்கிறார்கள் என்று யாரேனும் கூறினால் எத்தனை வாடிக்கையாளர் என்று அவரையே கேளுங்கள். அநேகமாக, அவருக்கு மட்டுமே தேவையான அம்சமாக அது இருக்கும். அதனால் அந்த அம்சத்தைச் சேர்க்க முடியாது என்று கட் அண்ட் ரைட்டாகக் கூறுங்கள்.

ஒன்று புரிந்துகொள்ளுங்கள். முப்பது விஷயம் கூறினால் கேட்பவர் மனதில் ஒன்றுகூட நிற்காது. முப்பது பட்டன் வைத்தால் ரிமோட்டை எப்படி உபயோகிப்பது என்பது கஸ்டமர்களுக்குத் தெரியாது!

□

2 வாடிக்கையாளர் தேவையை அவரிடமே கேட்டுத் தொலைக்காதீர்கள்

வாடிக்கையாளர் கூறுவதைக் கேட்காமலிருந்தால் தோல்வி நிச்சயம். வாடிக்கையாளர் கூறுவதை மட்டும் கேட்டுக்கொண்டிருந்தாலும் தோல்வி நிச்சயம்!

என்னடா, இத்தனை வருடமாக வாடிக்கையாளர் தெயவம், கஸ்டமர் தேவதை, வாங்குபவர் பேச்சை கேள், அவரை மண்டியிட்டு தொழு, மன்றாடி வேண்டு என்று மாங்கு மாங்கென்று கட்டுரைகளும் புத்தகங்களுமாக எழுதியவன் திடீரென்று இன்று கட்சி மாறுகிறானே என்று கவலை வேண்டாம். சமீபத்தில் மார்க்கெட்டிங் சிலபஸ் மாறிவிட்டதோ என்று மலைக்கவேண்டாம். வாடிக்கையாளர் தெய்வம், தேவதை, ராஜாதான். அதில் எந்த மாற்றமும் இல்லை. ஸ்டேடஸ் கோ!

ஆனால், புதிய பொருள் வகைகளை அறிமுகப் படுத்த விரும்பும் தொழிலதிபர்கள் வாடிக்கையாளர் களிடம் 'உங்களுக்கு என்ன புதிய பொருள் வேண்டும், எப்படி புதுமையாய் இருந்தால் வாங்குவீர்கள்' என்று கனகாரியமாகச் சென்று கேட்கிறார்கள். அப்படிக் கேட்டால்தான் புதிய பொருளுக்கு ஐடியா கிடைக்கும் என்று

நினைக்கிறார்கள். என்ன இருந்தாலும் பொருளை வாங்கப் போவது வாடிக்கையாளர் தான், அவரிடமே கேட்பதுதானே முறை என்கிறார்கள்.

இது தப்பாட்டம். அப்படிக் கேட்பதனால் ஒரு பயனும் கிடையாது. புதிய பொருளுக்கு ஐடியா பெற முடியாது. புதியதாய் என்ன வேண்டும் என்று வாடிக்கையாளரிடமே கேட்பது பிரயோஜனமே படாது!

தங்களுக்கு என்ன தேவை என்பது வாடிக்கையாளருக்குத் தெரிவதில்லை. இதுதான் நிதர்சனமான உண்மை. இதுவே மார்க்கெட்டிங் யதார்த்தம். அவர்கள் தேவையைப் பூர்த்தி செய்யும் புதிய பொருள் அளிக்கப்படும்வரை அதன் தேவையை அவர்கள் அறிந்திருப்பதில்லை.

யோசித்துப் பாருங்கள். தோய்ப்பதற்கு எளிதாக ஒரு இயந்திரம் தாருங்கள், துணியை வாஷிங்பவுடரோடு சேர்த்துப் போட்டால் அது இப்படியும் அப்படியும் சுற்றி முக்கால் மணி நேரத்தில் துணியைத் துவைத்து, பிழிந்து காயப்போட ரெடியாகத் தரவேண்டும் என்று வாடிக்கையாளர்களா மார்க்கெட்டரிடம் கேட்டார்கள்?

ஆனால், வாஷிங் மெஷின் என்ற சமாச்சாரம் அவர்களுக்குத் தேவைப்பட்டது. இரண்டு கையை வைத்துக்கொண்டு வீட்டைப் பராமரித்து, சமையல் செய்து, குழந்தைகளை ஸ்கூலுக்குக் கிளப்பி கணவரைக் கவனித்து ஆபீஸுக்கு அனுப்பவே நேரம் இல்லாத போது துணிகளை எங்கிருந்து துவைப்பது? பெண்கள் அலுத்துக் கொண்டார்களே ஒழிய துணி துவைக்க ஒரு மெஷினைத் தரக்கூடாதா என்று எந்த மார்க்கெட்டரையும் தேடிச் சென்று கேட்கவில்லை.

ஆனால், பெண்கள் படும் கஷ்டத்தைப் பார்த்தார் ஒரு மார்க்கெட்டர். நேரமின்மை என்ற தேவையைச் சரியாகப் புரிந்துகொண்டார். துணி துவைக்க மிஷின் மாதிரி ஒன்று இருந்தால் உதவியாய் இருக்குமே என்று சிந்தித்தார். அதன் விளைவுதான் வாஷிங் மெஷின் என்ற கண்டுபிடிப்பு. இதை எந்த வாடிக்கையாளரும் கேட்கவில்லை. ஆனால் இது இல்லாமல் இன்று எந்த வாடிக்கையாளராலும் வாழ முடியவில்லை.

வாடிக்கையாளர் கூறுவதைக் கேட்பது இன்றியமையாதுதான்; ஆனால் அது மட்டுமே முழுமையானதல்ல. என்ன வேண்டும் என்று கேட்கும்போது வாடிக்கையாளரால் அப்போது அவர்கள் அறிவுக்கும் அனுபவத்துக்கும் உட்பட்டுத்தான் விடையளிக்க முடிகிறது. தங்கள் தேவைகளை உணர்ந்து அதற்கான தீர்வுகளைக்

கற்பனை செய்து பார்க்கும் திறன் அவர்களிடம் இல்லை. யோசித்துக் கூற நேரமும் பொறுமையும்கூட இருப்பதில்லை. அதனால்தான், என்ன வேண்டும் என்று கேட்கும் போது அவர்களால் ‘விலை குறைவாக வேண்டும்’ என்றோ மிஞ்சி போனால் ‘புதியதாக எதையாவது தந்து உதவுங்களேன்’ என்றோதான் கூற முடிகிறது.

‘நாம் அனைவரும் நம் அனுபவங்களால் கட்டுண்ட கைதிகள்’ என்றார் அமெரிக்க பத்திரிக்கையாளர் ‘எட்வர்ட் மர்ரோ’.

மக்களுக்கு என்ன தெரியுமோ, எதை நம்புகிறார்களோ, என்ன அனுபவப்பட்டார்களோ அதன் கைதிகளாகிறார்கள். அதனால் தாம் உபயோகிக்கும் பொருள் இப்படித்தான் இருக்கும், இதைத்தான் செய்யும், இப்படித்தான் செயல்படும் என்று அந்தச் சிறிய வட்டத்துக்குள் கட்டுண்டு கிடக்கிறார்கள். அதன் பிடியிலிருந்து வெளியேறி, தங்கள் தேவையைப் பூர்த்தி செய்யக்கூடிய பொருள் வேறு என்ன இருக்கலாம், எப்படி இருக்கலாம், வேறு எப்படி பயன் படலாம் என்று கற்பனை செய்ய வாடிக்கையாளர்களால் முடிவதில்லை.

உங்களிடம் இல்லாத பொருள் எது வேண்டும் என்று கேட்டால் வாடிக்கையாளர் எப்படி விடையளிப்பார்? இல்லாத ஒன்றைக் கற்பனை செய்து பார்ப்பது கடினம். ஆனால், அதுவே கையில் கொடுக்கப்படும்போது ‘அட இதைத்தான் இத்தனை நாள் தேடிக் கொண்டிருந்தேன்’ என்பார் அதே வாடிக்கையாளர்.

வங்கிக்குச் செல்லாமல் ஊரெங்கும் ஏடிஎம் மெஷின்கள் திறந்து அதில் ஒரு கார்டை செலுத்தி நாலு நம்பரை அழுத்தி பணம் எடுக்கும் வசதியைச் செய்து தாருங்கள் என்று யாராவது வங்கிகளிடம் கேட்டார்களா? தேவைப்படும் போது பணம் கொடுக்கமுடியாதா என்று வாடிக்கையாளர்கள் கோரசாய்க் குரல் கொடுத்ததால் அந்தத் தேவையை எப்படி பூர்த்தி செய்வது என்று வங்கிகள் யோசித்ததன் விளைவே ஊரெங்கும் இருக்கும் ஏடிஎம் மெஷின்கள்.

தங்களுக்கு என்ன தேவை, அதைப் பூர்த்தி செய்யும் பொருள் எப்படி இருக்கவேண்டும் என்று கற்பனை செய்து அதை விளக்குவது வாடிக்கையாளரின் வேலையல்ல. அந்தத் திறனும் அவரிடம் இல்லை. இந்த வேலையைச் செய்யத்தான் மார்க்கெட்டர் இருக்கிறார். இந்தப் பணியைச் செய்யத்தான் மார்க்கெட்டிங் இருக்க வேண்டும். வாடிக்கையளர்களின் தேவையைப் புரிந்து அதை நிறை வேற்றும் பொருள்களைத் தருவதில்தான் மார்க்கெட்டிங் வெற்றி அடங்கியிருக்கிறது.

மக்களின் தேவையைப் பூர்த்தி செய்து வெற்றி பெற்ற பொருள்கள் எவையும் அவர்கள் கேட்டதால் வந்ததல்ல. உலகின் ஒவ்வொரு அங்குலத்தையும் படம் பிடித்து, மேப்பாக்கி ஈசியாகப் பயன்படுத்தும் சாஃப்ட்வேர் வடிவில் தாருங்கள் என்று கூகிளிடம் நீங்கள் கேட்டீர்களா?

இல்லை, டார்ச்லைட், காமிரா, அலாரம் இத்யாதிகளை செல்ஃபோனில் சேர்த்துத் தாருங்கள் என்று நான்தான் கேட்டேனா?

பழகிய குறுகிய வட்டத்துக்குளேயே சிந்தித்தால் புதிய பொருள்களைப் புகுத்த முடியாது. புதுமையாகச் சிந்திக்க அந்த வட்டத்துக்கு வெளியே சிந்திக்க வேண்டும். இதைத்தான் 'அவுட் ஆஃப் தி பாக்ஸ் திங்கிங்' என்பார்கள். ஆனால் நம் அறிவும் அனுபவமும் நம்மை மீண்டும் அந்த பாக்ஸுக்குள்ளேயே கட்டிப்போட்டுவிடுகின்றன.

வாடிக்கையாளரிடம் சென்று அவரிடம் என்ன வேண்டும் என்று கேட்காமல் அவரை அவர் புரிந்துகொண்டதைவிட நீங்கள் புரிந்து கொள்ள முயற்சி செய்யுங்கள். அவர் தேவையை அவர் அறிவதற்கு முன்னேயே நீங்கள் புரிந்துகொண்டு அதற்கான தீர்வை அளியுங்கள். அப்போதுதான் புதிய பொருள் வகைகளும், சிறந்த முறையில் மக்கள் தேவையைப் பூர்த்தி செய்யும் விதங்களும் புலப்படும்.

அதற்காக வாடிக்கையாளரிடம் பேசாதீர்கள் என்று கூறவில்லை. அவரிடம் விடையைக் கேட்காதீர்கள் என்கிறேன். அவர்களைக் கேள்வி கேளுங்கள். ஆராயுங்கள். முடிந்தால் அவரோடு சில நாள் வாழ்ந்துகூட பாருங்கள். தப்பில்லை. அவர் தேவையை அவரை விட நீங்கள் தெளிவாக உணருங்கள். அந்த தேவையைப் பூர்த்தி செய்யும் வழிகளைத் தேடி, அதை அவருக்கு அளியுங்கள். நீங்கள் செய்ய வேண்டிய வேலையை வாடிக்கையாளரைச் செய்யச் சொல்லாதீர்கள் என்று கூறுகிறேன்!

மார்க்கெட்டிங் வரலாறு நமக்கு உணர்த்துவது இதையே. ஒவ்வொரு வெற்றிகரமான ப்ராண்ட் பின்னால் வாடிக்கையாளரின் தேவை ஒளிந்திருக்கிறது. அத்தேவையைப் புரிந்துகொள்வதுதான் உங்கள் தலையாய பணி. அதற்குத் தீர்வு வழங்குவதில்தான் அடங்கி இருக்கிறது உங்கள் வெற்றி!

அமெரிக்காவில் குதிரை வண்டிகள் மட்டுமே இருந்த காலத்தில் 'ஹென்றி ஃபோர்ட்' காரை அறிமுகப்படுத்தி வெற்றி பெற்றார். வாடிக்கையாளர்களிடம் அவர்கள் தேவை என்ன என்று கேட்டு காரை அறிமுகப்படுத்தினீர்களா என்று அவரிடம் கேட்டார்கள்.

'குதிரை வண்டி மட்டும் தெரிந்த அவர்களிடம் வேறு என்ன வேண்டும் என்று நான் கேட்டிருந்தால் இன்னும் வேகமாக ஓடும் குதிரை வேண்டும் என்று தான் அவர்கள் கூறியிருப்பார்கள்' என்று சிரித்துக்கொண்டே கூறினாராம் ஃபோர்ட்!

'அமேஸான்' முதல் 'கூகுள்' வரை உலகை வென்ற கம்பெனிகள் வாடிக்கையாளர்களிடம் அவர்களிடம் என்ன வேண்டும் என்று கேட்டு அதன் பின் கடை திறந்து வெற்றி பெறவில்லை. அவர்கள் தேவைகளை, கவலைகளை, பிரச்னைகளைப் புரிந்துகொண்டு அதை ஒன்றன் பின் ஒன்றாகத் தீர்த்து மெதுவாக வளர்ந்து பதமாக வெற்றி பெற்றார்கள்.

வாடிக்கையாளர் உபயோகமான பதில் தரவேண்டுமென்றால் நீங்கள் சரியான கேள்விகளைக் கேட்கவேண்டும். அவரிடம் என்ன வேண்டும் என்று கேட்டால் தெரியாத ஒன்றை எப்படி அவர் பதிலாகக் கூறுவார்? அவர் படும் கஷ்டங்களைக் கூறுவார், அவர் பிரச்னைகளை விளக்குவார். அவ்வளவே. அதைப் புரிந்துகொண்டு அதற்கான தீர்வை நீங்கள்தான் கண்டுபிடித்து கான்செப்ட் ஆக்கி அதைப் பொருளாக்கி அவரிடம் தரவேண்டும்.

'ஆப்பிள்' நிறுவனத்தின் மறைந்த 'ஸ்டீவ் ஜாப்ஸ்' இதை மிக அழகாகக் கூறினார்: 'தங்களுக்கு என்ன வேண்டும் என்று வாடிக்கையாளர்களுக்குத் தெரியாது, நீங்கள் அதை அவர்களுக்குக் காட்டும் வரை'!

எம்பிஏ பள்ளிகளில் மாணவர்களுக்கு இரண்டு சிந்தாந்தங்கள் கற்றுத் தருவார்கள்: 'வேல்யூ க்ரியேஷன்' மற்றும் 'வேல்யூ டெலிவரி'. வேல்யூ க்ரியேஷன் என்பது மதிப்பு உருவாக்கம். புதியதாய் ஏதேனும் உருவாக்குவதைக் குறிப்பது. 'ஹாண்ட் சானிடைஸர்', 'ஏடிஎம்' போன்ற பொருட்கள் புதியதாய் உருவாக்கப்பட்டவை. அதற்கு முன் அது போன்ற பொருள் ஏதும் இல்லை. ஸ்டீவ் ஜாப்ஸ் உருவாக்கிய ஐபாட், ஐபேட் போன்றவையும் மதிப்பு உருவாக்கங்களே. இவை வேண்டும் என்று வாடிக்கையாளர்கள் வாயைத் திறந்து யாரிடமும் கேட்கவில்லை. ஆனால் அவர்களிடம் அதற்கான தேவை இருந்தது. அதற்கான தீர்வு வழங்கப்பட்டபோது வாடிக்கையாளர்கள் மனமுவந்து அவற்றை ஏற்றுக்கொண்டனர்.

வேல்யூ டெலிவரி என்பது மதிப்பு விநியோகம். ஏற்கெனவே இருக்கும் பொருள் ஒன்றை எடுத்து அதை மேலும் மெருகூட்டியோ, புதிய வடிவம் கொடுத்தோ கூடுதல் அம்சங்கள் அளித்தோ வாடிக்கை யாளரைக் கவரும் முயற்சி. ஏற்கெனவே பல காலம் நரை முடிக்கு

டை அடித்து கறுப்பாக்கும் வழக்கம் 'காட்ரெஜ்' போன்ற ப்ராண்டுகள் உபயத்தில் இருந்தாலும் அதே பொருளை ஹெர்பல் உட்பொருட்கள் கொண்டு தயாரித்து வெற்றி பெற்ற 'இண்டிகா' செய்தது வேல்யூ அடிஷன் முறையைத்தான்.

வாடிக்கையாளர் தேவையை நீங்களாகவே உணருங்கள். அதை அவரிடமே கேட்காதீர்கள். உங்கள் போட்டியாளர்கள் உங்களுக்கு முன்னால் அவரிடம் கேட்டிருப்பார்கள். தெரிந்திருந்தால் உங்கள் போட்டியாளர்கள் கேட்டபோதே கூறாத வாடிக்கையாளர்களா உங்களிடம் கனகாரியமாய் கூறப் போகிறார்கள். அதனால் நீங்களே அவர் தேவையை உணர்ந்து அவருக்குத் தீர்வை வழங்குங்கள். பிறகு பாருங்கள், அதை வாங்க வாடிக்கையாளர்கள் க்யூ கட்டி நிற்பார்கள்!

□

3 வாடிக்கையாளரின் ஆர்வத்தை அதிகப்படுத்தும் சீக்ரெட்

'பாடத்த கவனிக்காம அங்க எங்கடா பராக்கு பார்த்துட்டிருக்கே' என்ற ஆசிரியர் குரல் கேட்டு ஜன்னல் வழியே வேடிக்கை பார்ப்பதை நிறுத்திய நாம், இன்று ஆபீஸ் மீட்டிங்கில் பேசும்போது ஊழியர்கள் கவனிக்காமல் பராக்கு பார்த்தால் கோபம் வருகிறது.

வீட்டில் டீவி பார்க்கும்போது விளம்பர ப்ரேக்கில் டீவியை மறந்து குடும்பத்தாருடன் பேசும் நாம், நம் ப்ராண்டை டீவியில் விளம்பரம் செய்யும்போது அதைப் பார்க்காமல் மக்கள் வேறு எங்கோ கவனம் செலுத்தினால் ஆத்திரம் வருகிறது.

தெரியாமல்தான் கேட்கிறேன், நமக்கு வந்தால் மட்டும் ரத்தம், மற்றவர்களுக்கு வந்தால் தக்காளி சட்னியா?

நாம் ஏன் இப்படி இருக்கிறோம் என்பதை விடுங்கள். மற்றவர் கவனத்தை ஈர்த்து நாம் சொல்வதை, செய்வதை ஆர்வத்துடன் அவர்களை எப்படிக் கேட்க வைப்பது என்பதைப் பற்றி பேசுவோமா? உங்களுக்கு ஒருவேளை இதைப் படிக்கும் ஆர்வம் இருந்தால்!

பல காலமாக உளவியலாளர்கள் ஆய்வு செய்து வரும் டாபிக் இது. மக்கள் கவனத்தை ஈர்ப்பது

எப்படி? அவர்கள் ஆர்வத்தைத் தக்கவைப்பது எப்படி? தகவல் பரிமாற்றத்தின் முதல் வேலை, கேட்பவர் கவனத்தைப் பெறுவது. அதன் முதல் ப்ராப்ளமும் அஃதே!

ஒருவர் கவனத்தைக் கவர்வதற்கு அடிப்படையான விஷயம் பேட்டர்னை உடைப்பதுதான். கன்சிஸ்டெண்ட்டான பேட்டர்ன் இருந்து தொலைத்தால் போதும், மனித மனம் பட்டென்று ஆஃப் ஆகி அதை மறக்கிறது.

'இந்த வீட்டுல ஒண்ணு வச்சா வெச்ச இடத்துல இருக்கறதில்ல' என்று நாம் அலறுவது இதனால்தான். ஒரு பொருளை ஒரே இடத்தில் மட்டுமே பார்த்து பழகிவிட்டு அப்பொருள் அங்கில்லை என்றால் பட்டென்று கவனத்தை ஈர்க்கிறது.

நாம் சொல்ல வரும் விஷயத்தை எதிர்பாராத ஒன்றாக மாற்றிப் பாருங்கள். கேட்பவர் கவனம் உங்கள் பக்கம் பட்டென்று திரும்பும். ஆபீசில் நுழையும் போது 'குட் மார்னிங்' என்று கூறாமல் சக ஊழியரிடம் 'குட் நைட்' என்று கூறிப் பாருங்கள், அவர் கவனத்தை ஈர்க்கிறீர்களா இல்லையா என்று தெரியும்!

ஆச்சரியம் என்றுமே நம் கவனத்தை ஈர்க்கிறது. அதற்கான விடையை அறிய ஆவல் பிறக்கிறது. எதிர்பாராத விஷயம் கவன ஈர்ப்புத் தீர்மானமாகிறது!

அப்படியென்றால் எதிர்பாராததைத் திட்டமிட்டு செய்வது சாத்தியமா? வெஜிடேரியன் கோழிக்கறி போல் இருக்கிறதே என்று தோன்றுகிறதா?

ஆர்வம் என்பது விடை தெரியாத கேள்விகளுக்கு விடை தேடும் அறிவு சார்ந்த தேவை. அடுத்து என்ன நடக்கப்போகிறது என்று தூண்டும் திரைக்கதைகள் நம்மைப் படத்தோடு கட்டிப்போடுவது போல.

வண்டியில் செல்கிறீர்கள். அருகிலுள்ள க்ரவுண்டில் கிரிக்கெட் விளையாடுகிறார்கள். பவுலர் கரெக்ட்டாய் பந்து வீசும்போது வண்டி க்ரவுண்டைக் கடக்கிறது. கழுத்தை ஒடித்து, திருப்பி என்ன நடந்தது என்று பார்க்கிறீர்கள், ஏன்?

எப்படி போடப்பட்ட பந்து, அதை பேட்ஸ்மன் எப்படி அடித்தார் என்று தெரிந்துகொள்ளும் ஆவல்தானே!

சூழ்நிலையின் எந்தத் தன்மை ஆர்வத்தைத் தூண்டுகிறது? சூழ்நிலை ஆர்வத்தைப் பற்றி பல ஆய்வுகள் செய்தவர் 'கார்னெகி மெலென் பல்கலைக்கழக Behavioural Economics துறை பேராசிரியரான 'ஜார்ஜ்

லொவென்ஸ்டீன்'. நம் அறிவில் முழுமை குறைந்து அதில் இடைவெளியை உணரும்போது நமக்குள் ஆர்வம் அதிகரிக்கிறது என்கிறார். தன் ஆய்வு முடிவுகளை Psychological Bulletin என்ற ஜர்னலில் The Psychology of Curiosity என்ற தலைப்பில் கட்டுரையாக எழுதினார்.

ஒன்றைப் பற்றித் தெரிந்துகொள்ள நினைத்து அது முடியாமல் போகும் போது ஒருவித வெறுப்பு உருவாவது உடம்பில் அரிப்பு ஏற்பட்டு அதைச் சொரிய முடியாமல் போகும் சங்கடம் போன்றது. அக்கடுப்பைப் போக்க, அரிப்பைச் சொரிய நமக்கு அறிவில் ஏற்படும் இடைவெளியை நிரப்பும் ஆர்வம் பெருகுகிறது. நமக்குத் தெரிந்த ஒரு விஷயத்துக்கும் தெரிந்துகொள்ள விரும்பும் விஷயத்துக்கும் உள்ள இடைவெளி ஆர்வத்தைத் தூண்டுகிறது என்கிறார் ஜார்ஜ். புதியதைத் தேடிப் பிடித்து, படித்து, மேலும் முன்னேற வைக்கும் ஊக்க சக்திதான் ஆர்வம் என்கிறார்.

நம்மிடத்திலும் மற்றவரிடத்திலும் ஆர்வத்தைத் தூண்டுவது எப்படி? Nuclear Physics பற்றி ஒரு எழவும் தெரியாதபோது அதைப் பற்றி யார் என்ன பேசினாலும் அதன் மீது ஆர்வம் வராது. ஆனால் அதைப்பற்றி உங்களைப் பாதிக்கும் வகையில் ஒரு சில விஷயங்களைக் கூறிப் பாருங்கள். அதைப் பற்றி மேலும் தெரிந்துகொள்ள ஆர்வம் கொள்ள வைக்க முடியும்.

உதாரணத்துக்கு சென்னையில் உள்ளவரிடம் கல்பாக்கம் அணு ஆலை பற்றியும், அங்கு தப்பித் தவறி விபத்து ஏற்பட்டால் சென்னை நகரம் வரை விரியும் ஆபத்தைப் பற்றியும் பேசிப் பாருங்கள். இப்போது அவருக்கு உயிர் பயம் வந்து அணுவியல் பற்றிக் கொஞ்சமேனும் தெரிந்துகொள்ள ஆர்வம் பெருகுவதைப் பார்ப்பீர்கள். ஒன்றைத் தெரிந்துகொள்ளும்போது அதைப் பற்றி மேலும் தெரிந்துகொள்ளும் ஆர்வம் அதிகரிக்கிறது என்கிறார் ஜார்ஜ்.

கம்பெனியில் வெவ்வேறு துறையைச் சேர்ந்தவர்களைச் சேர்த்து ஒரு டீமாக உருவாக்கி ஒரு பணியைத் தருவது இதனால்தான். பணியைச் செய்து முடிக்க முழுமையான அறிவு இல்லாதபோது அதை அறிந்திருக்கும் மற்ற துறையைச் சேர்ந்தவர்களின் உதவியை நாடவேண்டிய நிலை. இருக்கும் அறிவை இன்னமும் பெருக்க ஆர்வம் மிகுந்து மற்றவர் உதவியை நாடவைக்கிறது. திட்டமிட்ட பணி திறமையாக முடிகிறது.

நம் அறிவில் உள்ள இடைவெளியிலிருந்து பிறக்கிறது ஆர்வம், சரி. ஆனால் ஒரு விஷயத்தைப் பற்றிய அடிப்படை அறிவே இல்லாத

போது அதன் மீது ஆர்வத்தை எப்படி உருவாக்குவது? ஆர்வம் வராத அந்நேரங்களில் ஆர்வத்தை வற்புறுத்தி வரவழைக்க முடியுமா?

பேஷாக முடியும். வருடந்தோறும் நம்மூரில் நடக்கும் 'தமிழ்நாடு ப்ரீமியர் லீக்' கிரிக்கெட் போட்டியை 'ஸ்டார் டீவி' ஒளிபரப்பும் விதத்தை நினைத்துப் பாருங்கள்.

இது என்ன என்று தெரியாதவர்கள் கவனத்துக்கு: தமிழ்நாடு ப்ரீமியர் லீக் என்பது ஐபிஎல் போல பல அணிகள் பங்குபெறும் 20-20 கிரிக்கெட் போட்டி. எட்டு அணிகள் ஒன்றோடு ஒன்று மோதுகின்றன. சென்னை அணிக்கு 'சூப்பர் கில்லீஸ்' என்று பெயர். கோவை அணிக்கு 'லைகா கோவை கிங்க்ஸ்' என்று பெயர். திண்டுக்கல் அணிக்கு 'திண்டுக்கல் ட்ராகன்ஸ்' என்று பெயர்.

சென்னையில் உள்ளவருக்கு 'மதுரை வீரன்ஸ்' அணி 'தூத்துக்குடி பேட்ரியட்ஸ்' அணியுடன் ஆடும் ஆட்டத்தைப் பற்றி பெரிய ஆர்வம் இருப்பதில்லை. அந்த அணியில் ஆடுபவர்கள் யார் என்பதே பலருக்கு தெரிவதில்லை.

ஆர்வம் இல்லாத அணிகள் ஆடுவதை ஆர்வத்துடன் பார்க்க வைக்க முடியுமா? ஓரளவேனும் முடிந்திருக்கிறது.

போட்டி துவங்குவதற்கு முன் அந்த மாட்சுகளை நேரடி ஒளிபரப்பு செய்யும் ஸ்டார் டீவி அன்று மாட்சில் ஆடும் அணிகளைச் சேர்ந்த ஊர்களைப் பற்றிய நிகழ்ச்சிகள் ஒலிபரப்புவதைப் பார்த்திருப்பீர்கள். சர்வதேச கிரிக்கெட் வீரர்களான 'மைக் ஹஸ்ஸி' 'மேத்யூ ஹேடன்', 'எல். சிவராமகிருஷ்ணன்' போன்றோர் அந்த ஊர்களின் தெருக்களில் இறங்கி அங்குள்ள மக்களைச் சந்திப்பது, அந்த ஊரின் ஸ்பெஷல் இடங்கள் பற்றிய விளக்கம், ஊரின் பிரத்யேகமான உணவுகளைச் சுவைத்து அதைப்பற்றி கமெண்ட், அந்த ஊர் க்ரவுண்ட், குழுமியிருக்கும் ரசிகர்களிடம் பேட்டி என்று ஒளிபரப்புவதைப் பார்த்திருப்பீர்கள்.

இவை எதற்கு?

அந்த ஊரைப் பற்றி சிறிய தகவலை வெளியூர் ரசிகர்களுக்குத் தருவதற்குத்தான். அந்த ஊரைப் பற்றித் தெரிந்துகொள்ளும் வெளியூர்காரர்களுக்கு 'சரி இந்த ஊர் எப்படி மேட்ச் ஆடுகிறார்கள் என்று பார்ப்போம்' என்ற ஆசையைத் தோற்றுவிக்கிறது. அந்த ஆசையே ஆர்வமாய் மாறி அந்த ஊர் மேட்சுகளைத் தவறாமல் பார்க்கவும் தங்களுக்குப் பிடித்த ஊர்களின், அணிகளின் ரசிகராக மாற்றவும் வைக்கிறது!

ஒருவர் கவனத்தைக் கவர்ந்து உங்கள் மீது, நீங்கள் சொல்ல வருவதை கவனிக்கும் ஆர்வத்தை ஏற்படுத்த சிறந்த வழி, அவரை சின்ன மீன் கொண்ட கொக்கி போட்டு இழுப்பதுதான். 'இதோ உங்களுக்குத் தெரிய ஒரு சிறிய செய்தி. இதோ இதைப் பற்றி நீங்கள் அறியாத மற்ற செய்திகள்' என்று சொல்லும் போது ஆர்வம் தானாகப் பிறக்கிறது. கவனச் சிதறலையும் தடுக்கிறது.

பொருள் அல்லது ப்ராண்ட் பற்றிப் பேசும் போது படாரென்று பதிலைப் பகிராமல் கேள்விகள் கேட்பதன் மூலம் மற்றவர்களிடமிருந்தே பதில் பெற முயலுங்கள் என்கிறார் 'டேனியல் வில்லிங்ஹாம்' என்ற சமூக உளவியலாளர். இவர் எழுதிய புத்தகம் Why Don't Students Like School?

நம் பள்ளிக்கூட மாணவர்களாக இருக்கும்போதே பெற்றோர், ஆசிரியர்கள் நம்மைக் கேள்வி கேட்டு அதை நாம் சிந்தித்துச் சொல்வதற்குள் தாங்களே விடையைக் கூறி அதோடு நில்லாமல் 'எருமை மாதிரி முழிக்குது பார்' என்று கொசுறாகத் திட்ட வேறு செய்வார்கள். மாணவர்களைக் கேள்வி கேட்டு அவர்களையே பதிலைத் தேடிக் கூற ஊக்குவித்தால் தான் அவர்களிடம் ஆர்வம் வளரும் என்கிறார் டேனியல். இதை நீங்களும் நானுமாவது செய்ய ஆரம்பித்தால் அடுத்த தலைமுறையைக் கொஞ்சத்துக்கு கொஞ்சம் ஆர்வ மிகுதியுள்ளவர்களாக மாற்ற முடியும்.

ஆர்வ இடைவெளியைப் பயன்படுத்தி உங்கள் ஊழியர்கள் கவனத்தை ஈர்க்கும் விதங்களும், உங்கள் விளம்பரங்களை மக்கள் ஆர்வத்துடன் பார்க்கும் வழிகளும்கூட சாத்தியம் என்பதைத் தனியாய் விளக்கவேண்டுமா, என்ன. அதை நீங்களே சிந்தித்துப் பார்த்து திறம்பட பிரயோகிக்கும் ஆர்வம்கூட இல்லையா?

□

4 பாக்கேஜிங் என்னும் பலே கில்லாடித்தனம்

வாடிக்கையாளர்கள் ஷாப்பிங் செய்யும்போது எந்தப் பொருளையும் எடுத்துப் பார்த்து, படித்து, அலசி ஆராய்ந்து தெரிந்துகொண்டுதான் வாங்குவார்கள் என்று நீங்கள் இன்னும் நம்பிக் கொண்டிருந்தால் உங்களுக்கு ‘வாடிக்கையாளரைப் புரிந்துகொள்ளாத வெகுளி வெள்ளந்தி வேந்தன்’ என்று பட்டத்தைப் பேசாமல் தந்துவிடலாம். அதோடு உங்கள் தொழிலை உங்கள் நலன் கருதி வேறு யாரிடமாவது கொடுப்பது உங்களுக்கு பயன் தரும். உங்கள் தொழிலுக்கும் புண்ணியமாய் போகும்.

அறிவுபூர்வமாய் சிந்தித்து மட்டுமே வாடிக்கையாளர் வாங்குவதில்லை என்பதை உளவியலாளர்கள் பல ஆய்வுகள் மூலம் நமக்குப் படம் வரைந்து பாகங்களைக் குறித்து விளக்கி உள்ளார்கள். ப்ராண்ட் பெயர், விளம்பரம் இத்யாதிகள் வாடிக்கையாளரைக் கவர்வதை விடுங்கள். இலவசம், ஆஃபர் போன்ற சமாச்சாரங்கள் அவரை மயக்குவதை ஒதுக்குங்கள். கண்டதும் காதல்போல் சில பொருள்களைக் கடைகளில் பார்த்த மாத்திரம் எடுத்துப் பார்க்கத் தோன்றுகிறது பாருங்கள், அதற்கு காரணமான

பாக்கேஜிங் பற்றி அதன் உளவியல் உள்குத்துக்களைப் பற்றி இந்த அத்தியாயத்தில் கொஞ்சம் அலசுவோம். 4P என்ற சித்தாந்தத்தில் ப்ராடக்ட் என்ற 'P'யின் ஒரு முக்கிய அங்கம் பாக்கேஜிங் (Packaging).

ஆள் பாதி ஆடை பாதி என்பது பழமொழி. பொருள் பாதி பாக்கேஜிங் மீதி என்பது மார்க்கெடிங் மொழி.

வாடிக்கையாளரின் தேவையைப் பூர்த்தி செய்யும் பொருள்களை வடிவமைப்பதுதான் முக்கியம் என்றாலும் ஒரு பொருளின் வெற்றிக்கு அது மட்டுமே பத்தாது. பொருள் வாடிக்கையாளர் கண்ணில் படவேண்டும். அவரைக் கவர வேண்டும். அவரை எடுத்து பார்க்கத் தூண்டவேண்டும். இது நல்ல பொருளாய் இருக்கும் போலிருக்கிறதே என்று அவரை நம்பவைக்கவேண்டும். இதற்குத் தேவை ஆழமான சிந்திப்புடன் கூடிய அழகான அமர்க்களமான பாக்கேஜிங்.

அமெரிக்க ஆய்வு ஒன்றில் சூப்பர்மார்க்கெட்டில் வாங்கப்படும் ப்ராண்டுகளில் சுமார் எழுபது சதவீதம், எந்தவிதத் திட்டமிடலும் இல்லாமல் வாங்கப்பட்டவை என்று கண்டுபிடித்திருக்கிறார்கள். சிறப்பாய் வடிவமைக்கப்படும் பொருளின் பாக்கேஜிங் ஷாப்பிங் வருபவர்கள் கண்ணில் 'பளிச்' என்று பட்டு, அவர்களை 'அட' என்று ஆச்சரியப்பட வைத்து, 'என்ன' என்று அவர்களை எடுக்க வைத்து, 'சரி' என்று வாங்கவைக்கிறதாம்.

பொருள் என்ற பெண்ணுக்கு பாக்கேஜிங் என்னும் ஆடையை கவர்ச்சியாய் தைத்த கில்லாடித்தனம்தான் இதற்குக் காரணம்!

சூப்பர்மார்க்கெட்டில் பார்த்திருப்பீர்கள். தின்பண்டப் பொருள்கள் சிலவற்றைப் பார்த்தாலே டேஸ்ட்டாக நமக்குத் தெரிகிறது. ஷாம்பு பாட்டில்கள் பார்க்கும்போதே நம் கேசம் பளிச்சென்று மாறுகிறது. சோப்பைக் கையில் எடுத்த மாத்திரம் நம் சருமம் சப்ஜாடாக சாஃப்ட் ஆகிறது. ஷேவிங் ப்ளேடுகளைத் தொடும் போதே நம் முக ரோம சாம்ராஜ்யம் அழிந்துபோகிறது.

இப்படியெல்லாம் நம்மை நினைக்கவைத்து நம்பவைப்பது உளவியல் பூர்வமாய் சிந்தித்து சமயோஜிதமாய் வடிவமைக்கப்படும் சிறந்த பாக்கேஜிங் என்பதை வாடிக்கையாளர்கள் உணர்வதில்லை. அவர் உணராமல் போகட்டும். மார்க்கெட்டராய் நீங்கள் உளமாற உணர பாக்கேஜிங்கில் உள்ள உளவியல் மேட்டர்களைப் பட்டியலிட்டுப் பார்ப்போம்.

கலர்

கலர் என்பது அழகுக்கு மட்டுமல்ல, நம் அறிவுக்கு என்று சொன்னால் ஆச்சரியமாக இருக்கிறதா? ஒவ்வொரு கலருக்கும் நம் மனதில் ஒரு அர்த்தம் இருக்கிறது. கால, கலாசார மாற்றங்களுக்கு ஏற்ப இது கொஞ்ச மாறுபட்டாலும் பொதுவாகவே ஒவ்வொரு கலருக்கும் ஏற்றது என்று நம் மனம் ஏற்கெனவே சில பொருள்களைப் பத்திரப்படுத்தி வைத்திருக்கிறது.

வெள்ளை, நீலம் போன்ற கலர்கள் சுத்தத்தைக் குறிப்பவை. அதனாலேயே, சுத்தம் செய்கிறேன் என்று கிளம்பும் பொருள்கள் இந்த கலர்களை அதிகம் பயன்படுத்தும். அந்தக் காலத்தில் 'சொட்டு நீலம் டோய்' என்ற விளம்பர பாடல் எந்த பொருளைப் விற்றது என்று நினைவிருக்கிறதா? 'ஹார்பிக்' ப்ராண்டின் நீல நிற கலரின் ரகசியமும் இதுவே.

பச்சை கலர் ஆரோக்கியம், நேச்சுரல், ஹெர்பல் சமாச்சாரங்களைக் குறிக்கும். 'ஹமாம்' சோப்பின் பச்சை கலர் எதனால் என்று இப்போது புரிகிறதா?

ரெட், ஆரஞ்சு கலர்களை நிறைய தின்பண்ட ப்ராண்டுகளில் பார்க்கலாம். 'கேஎஃப்சி' முதல் 'மெக்டானல்ட்ஸ்' வரை, 'மேகி' முதல் 'பிரிட்டானியா' வரை இக்கலர்களை பயன்படுத்துவது இதனாலேயே. சில தின்பண்ட பாக்கேஜிங்கைப் பிரித்து எடுத்து சாப்பிடாமலேயே அவை டேஸ்ட்டாக இருக்கும் என்று தோன்றுவதற்கு காரணம் அதன் ஆரஞ்சு கலர் என்று கூறினால் ஆச்சரியப் படாதீர்கள். அடுத்த முறை ஷாப்பிங் செய்யும் போது ஆரஞ்சு கலர் பாக்கேஜிங் இருக்கும் தின்பண்டத்தைப் பார்க்கும் போது நாக்கில் தானாய் எச்சில் ஊறுவதைக் கவனியுங்கள்.

வடிவம்

பலான மேட்டருக்கு மட்டுமல்ல, பேக்கேஜிங் வடிவத்துக்கும் ஒரு மவுசு இருக்கத்தான் செய்கிறது. ஒரு பொருளைப் பற்றி படித்துத் தெரிந்துகொள்ளாமலேயே அதன் ஷேப் அதாவது வடிவம் மூலமாகவே வாடிக்கையாளர்களுக்கு அது என்ன பொருள், அதன் தன்மைகள் என்ன என்று புரிய வைக்க முடியும். முடியவேண்டும்.

ரவுண்ட் முனையுடன் பிடிப்பதற்கு எளிதாக அழகாக இருக்கும் பொருள்கள் பெண்மைத்தன்மையைப் பறைசாற்றும். 'லக்ஸ்' சோப்பை அடுத்த முறை கையில் எடுத்துப் பாருங்கள். கிட்டத்தட்ட அதன் விளம்பரத்தில் வரும் நடிகையை உரசிப் பார்ப்பது போலவே

உணர முடியும்! ரவுண்ட் வடிவைவிட வட்ட மற்றும் செவ்வக வடிவ தின்பண்ட பேக்கேஜிங் அதிக சுவையானவை என்று சொல்லாமல் சொல்லும். இதை நான் சொல்லவில்லை. ஆராய்ந்து பார்த்து உளவியலாளர்கள் சொல்லியிருக்கிறார்கள். 'ப்ரிட்டானியா', 'பார்லே' பிஸ்கட் பாக்கெட்டுகளின் வடிவ ரகசியம் இப்போது புரிகிறதா? கோண மற்றும் கூர்மையான வடிவ பேக்கேஜிங் ஆண்மைத்தனத்தை வெளிப்படுத்துமாம். 'ஜில்லெட்' பாக்கேஜிங் போல.

வித்தியாசமான, விசித்திரமான வடிவத்துடன் பாக்கேஜிங் இருந்தால் அதற்குள் அதிக அளவு பொருள் இருக்கும் என்று வாடிக்கை யாளர்களை நினைக்க வைக்குமாம். ஆதாரத்துடன் இதையும் விளக்குகிறார்கள் உளவியலாளர்கள். ப்ராண்டின் தூய்மையை, சுத்தத்தை விளம்பரத்தில் காட்டுவதன் மூலம் பாக்கேஜிங்கில் இன்னமும் தெளிவாகக் காட்ட முடியும். காட்டுகிறார்கள் கில்லாடி மார்க்கெட்டர்கள்.

எப்படி?

ட்ரான்ஸ்பரெண்ட் பாக்கேஜிங் மூலம். அதாவது பாக்கேஜிங்கில் ஜன்னல் போல் வடிவமைத்து ப்ளாஸ்டிக் போன்ற சமாச்சாரம் மூலம் அதனுள் இருக்கும் பொருளைப் பார்க்கச் செய்யும் விதம். பருப்பு ப்ராண்டுகள் பெரும்பாலும் இவ்வகையில் பாக்கேஜிங் செய்யப் படுவதைப் பார்த்திருப்பீர்கள்.

யோசித்துப் பாருங்கள். சூப்பர்மார்க்கெட்டில் ஷாப்பிங் செய்து கொண்டிருக்கிறீர்கள். குக்கீஸ் என்ற பிஸ்கெட் வகை செக்ஷனைத் தாண்டுகிறீர்கள். சாக்லெட் குக்கீஸ் வகை என்று முழுவதும் பாக்கேஜிங் செய்யப்பட்ட ப்ராண்டுகள் நிறைய இருப்பதை பார்க்கிறீர்கள். அதை எடுப்பீர்களா இல்லை அதன் அருகேயே ட்ரான்ஸ்பரெண்ட் பாக்கேஜிங்குடன் உள்ளே இருக்கும் சாக்லெட் பீஸ்களுடன் கொழு கொழுவென்று கண்ணில் தெரியும்வகையில் இருக்கும் குக்கீஸ் ப்ராண்டையா!

அளவு

பாக்கேஜிங் அளவுக்குப் பல அர்த்தம் உண்டு. பெரிய சைஸ் பாக்கேஜிங் பொருள்களை வாடிக்கையாளர்கள் அவர்களையும் அறியாமல் அதிகமாகப் பயன்படுத்துவார்கள். பாக்கேஜிங் சின்னதாக இருந்தால் தம்மையும் அறியாமல் குறைவாக எடுத்துப் பயன்படுத்துவார்கள். நம்பிக்கை இல்லை என்றால் ஒரு முறை

பாட்டிலில் இருந்து ஷாம்பு எடுத்து குளித்து அடுத்த முறை அதே ஷாம்பு ப்ராண்டின் சாஷேவை வாங்கி அதை உபயோகித்துக் குளித்துப் பாருங்கள். உங்களுக்கே தெரியும். அது மட்டுமல்ல, சின்ன பாக்கேஜிங் என்றால் அந்தப் பொருளின் தரம் அதிகம் என்று வாடிக்கையாளர்கள் நினைப்பார்களாம். பெரிய பாக்கேஜிங் என்றால் அதை வேல்யூ ஃபார் மணி அதாவது கொடுத்த பணத்துக்கு நூற்றுக்கு நூறு மதிப்பு என்று முடிவு செய்வார்களாம்.

படங்கள்

பாக்கேஜிங் மேல் பயன்படுத்தப்படும் படங்கள் (இமேஜ்) பல கதைகள் சொல்லும். பொதுவாகவே எந்தப் பொருள் உள்ளது என்பதையே படங்கள் மூலம் பாக்கேஜிங் கூற முயலும். ஆனால் அந்தப் படங்களை டிசைன் செய்யும் முறையில் வாடிக்கையாளர் மனதில் பல எண்ணங்களை உருவாக்கமுடியும்.

வீட்டில் அமர்ந்து உண்ணும் தின்பண்டம் எனில் அதை வெறுமனே காட்டாமல் ஒரு தட்டிலோ பவுலிலோ வைத்துக்காட்டினால் அப்பொருளை வாங்கத் தூண்டுவதோடு அதை அதிகம் பயன் படுத்தவும் தோன்றுமாம். பொருளுக்கு சம்பந்தமே இல்லை என்றாலும் சரியாய் பயன்படுத்தும் படம் பொருளைப் பற்றிய மதிப்பை, மரியாதையைக் கூட்டும். பல மினரல் வாட்டர் ப்ராண்டுகள் இருக்கையில் 'அக்வா ஃபீனா' அதிகம் கேட்டு விரும்பி வாங்கப்படுகிறது. இத்தனைக்கும் அதன் விலை மற்ற மினரல் வாட்டர் ப்ராண்டுகளின் விலையைவிட அதிகம். இருந்தும் கேட்டு வாங்கி குடிப்பவர்களைக் கேட்டால், அக்வா ஃபீனா சுவையாக இருக்கிறது, அதிக சுத்தமானது, சுகாதாரமானது என்பார்கள். ஏதோ அந்த தண்ணீரை பாட்டில் செய்த இடத்துக்கே சென்று ஆராய்ந்து பார்த்துத் தெரிந்துகொண்டதுபோல.

அவர்களை அப்படிச் சொல்ல வைப்பது எது?

அதன் பாக்கேஜிங்கில் உள்ள படம் தான். அதிகாலை பனிமலைகளுக்கு இடையே சூரியன் உதிப்பது போன்ற படத்தை அக்வா ஃபீனா தன் பாக்கேஜிங்கில் பயன்படுத்துகிறது. அதாவது பனிமலையிலிருந்து உருகும் தண்ணீரை விடியற்காலை அலரம் வைத்து எழுந்து போய் பிடித்து சுத்திகரித்து பாட்டிலில் வைத்து விற்பது போன்ற ஒரு பிரமையை அக்வா ஃபீனா ஏற்படுத்துகிறது. நாமும் நம்மையறியாமல் அதன் தரத்தை அதிகமாக மதிப்பிட்டு அதை அதிக விலை தந்து வாங்கிக் குடிக்கிறோம்.

'நான் அப்படத்தைக் கவனிக்கவில்லையே, இருந்தும் எப்படிக் குடிக்கிறேன்' என்று உங்களுக்குத் தோன்றலாம். அக்வா ஃபீனாவைப் பார்த்தீர்கள். பனிமலை, விடியற்காலை படத்தைக் கவனித்தீர்கள். அது மற்ற ப்ராண்டைவிட பெட்டர் என்று நினைத்தீர்கள். ஆனால் இதையெல்லாம் நீங்கள் ஆழ்மனதில் உணர்ந்தீர்களே ஒழிய அதைப் பற்றி சிந்திக்கவில்லை. அவ்வளவே.

பாக்கேஜிங் என்பது உளவியல் மேட்டர் என்று நான் சும்மா உலலாங்காட்டிக்குச் சொன்னேன் என்று நினைத்தீர்களா?

தொடும் உணர்வு

பாக்கேஜிங் பார்க்கும் மேட்டர் மட்டுமல்ல. பொருளையோ அதன் பாக்கேஜிங்கையோ தொடும்போது நம்மையறியாமல் நம்மில் தோன்றும் உணர்வுகளையும் சேர்த்துத்தான் பொருளை எடை போடுகிறோம். வாங்குகிறோம். 'லக்ஸ்' சோப்பைக் கையில் எடுக்கும் போதே அதன் வழவழப்பு நமக்கு அதைக்கொண்டு குளித்தால் சருமம் மென்மையாகும் என்பதைச் சொல்லாமல் சொல்கிறது.

கடையில் பெண்கள் அழகு சாதனப் பொருள் பகுதிக்குச் சென்று அங்கிருக்கும் பொருள்களைக் கையில் எடுத்துப் பாருங்கள். சில்க், சாஃப்ட், வழவழப்பு போன்ற அம்சங்கள் கொண்ட பாக்கேஜிங் ஏன் என்பதும் எதனால் வாடிக்கையாளர்கள் அதற்கு மயங்குகிறார்கள் என்பதும் புரியும்!

மீண்டும் பயன்படுத்தும் தன்மை

பாக்கேஜிங் என்பது பொருளை மயங்கி வாங்க வைக்கும் முயற்சி மட்டுமல்ல. வாடிக்கையாளர் வாங்கி, பொருளை உபயோகித்த பின் அந்த பாக்கேஜிங்கை மீண்டும் வேறு பயன்களுக்குப் பயன்படுத்த முடியுமா என்று பார்க்கும் முயற்சியும் கூட.

பொதுவாகவே நம் கலாசாரத்தில் எதையும் லேசில் நாம் தூக்கிப் போடுவதில்லை. விளக்கை ஏற்றிய வத்திக்குச்சியைக்கூட அனைத்து அடுத்த முறை திரி தூண்டப் பயன்படும் என்று தூர எறியாமல் பத்திரப்படுத்தும் வர்க்கம் நாம். படித்த பேப்பரைக்கூட மடித்து வைத்து மாத இறுதியில் பழைய பேப்பர் கடைக்கு போடும் ஜாதி நாம். வாங்கும் பொருளை மட்டும் விட்டுவைப்போமா. அல்லது மார்க்கெட்டர்கள்தான் அப்படி வெறுமனே விட்டுவிட முடியுமா!

பொருளைப் பயன்படுத்திய பின் வெளிப்புற பாக்கேஜிங்கைப் பயன்படுத்த முடியும்படி வடிவமைக்க முடியுமா என்று சிந்தித்தால்

அப்பொருளை வாங்க வாடிக்கையாளருக்கு இன்னொரு தகுந்த காரணம் தந்ததுபோல் இருக்கும்.

அந்தக் காலத்தில் 'ஹார்லிக்ஸ்' பாட்டில் தீர்ந்தபின் அதைத் தூர எறியாமல் ஊறுகாயும் உப்பு மிளகாயும் போட்டு சமையல் அறை முழுவதும் பழைய ஹார்லிக்ஸ் பாட்டிலால் நிரப்பி கிட்டத்தட்ட ஹார்லிக்ஸ் கோடவுன்போல் நம் அம்மாக்கள் வைத்திருந்தது ஞாபகம் இருக்கிறதா? எத்தனையோ ப்ராண்டுகள் வந்து போனாலும் இன்னும்கூட ஹார்லிக்ஸைக் குடிப்பவர் ஆரோக்கியமாக இருக்கிறாரோ இல்லையோ ஹார்லிக்ஸ் இன்னும் ஆரோக்கியமாக இருக்கப் பல காரணங்கள் இருந்தாலும் அதில் முக்கியமான காரணம் அதன் பாக்கேஜிங்கும்தானே!

சில வருடங்களுக்கு முன்பு வரை 'அருண்' ஐஸ் க்ரீம் ப்ராண்ட்டின் அரை லிட்டர், ஒரு லிட்டர் பேக்கேஜிங், அட்டையில் செய்யப்பட்டு வந்தது. அதை வாங்கி பாதி சாப்பிட்டு, மீதியை மீண்டும் ஃப்ரிட்ஜ் ஃப்ரீஸரில் வைப்பது சிரமமான காரியமாக இருந்தது. சமீபத்தில் அந்த கம்பெனி அழகான டப்பாக்களில் பாக்கிங் செய்து அனுப்புகிறது. வாங்கி எடுத்துச் செல்லவும் எளிது. பாதி சாப்பிட்டு மீதியை ஃப்ரீஸரில் வைப்பதும் எளிது. முழுவதுமாய் தீர்த்த பின்னும் குப்பைக்குச் செல்லாமல் அந்த டப்பாக்கள் குழந்தைகளுக்கு ஸ்கூல் லன்ச் பாக்ஸ் முதல் வீட்டில் ஃப்ரிட்ஜில் கருவேப்பிலை கொத்தமல்லிக் கட்டி வைக்கும்வரை உதவுகிறது.

பொருளைப் பயன்படுத்திய பின்னும் பாக்கேஜிங் பயன்படுத்துவதில் இன்னொரு சௌகரியமும் உண்டு. அந்த பாக்கேஜிங் மற்ற பயன்பாடுகளுக்கு உதவும்; அதே நேரம் பொருளைப் பற்றிய நிரந்தர விளம்பரமாகவும் திகழ்கிறது. உங்கள் குழந்தையில் கையில் ஒரு ப்ராண்ட் விளம்பரத்தை தந்து பள்ளிக்கு அனுப்பி எல்லாருக்கும் காட்டி விட்டு வா என்று கூறுவீர்களா? மாட்டீர்கள் என்று தெரியும். ஆனால் அருண் ஐஸ் க்ரீம் டப்பாவை லன்ச் பாக்ஸாகப் பாவித்து சாப்பாடு கட்டி அனுப்பும்போது அதைத்தானே செய்கிறீர்கள். நியாயமாக நீங்கள் இதற்கு அருண் ஐஸ் க்ரீம் கம்பெனியிடம் விளம்பரப் பணம் பெற வேண்டும். கேட்டு பாருங்கள், கொடுத்தாலும் கொடுப்பார்கள்!

முடிந்தவரை உங்கள் பாக்கேஜிங்கையும் சாகா வரம் பெற்று பல காலம் வாழும் வகையில் வடிவமைக்கும் வழியை ஆராயுங்கள். பாக்கேஜிங்கோடு சேர்ந்து உங்கள் ப்ராண்டும் சாகா வரம் பெற்று சாஸ்வதமாய் வாழும்!

□

ப்ரைசிங் சைக்காலஜி

உங்கள் ப்ராண்டை வாடிக்கையாளர் வாங்க
நீங்கள் அவரிடம் நிர்ணயிக்கும் விலை.
நான்கு ‘P’யில் வருவாய் ஈட்டித் தரும்
ஒரே ‘P’ இதுவே.

Price என்பது நீங்கள் பொருளுக்கு
நிர்ணயிக்கும் எம்ஆர்பி மட்டுமல்ல.
விலையோடு சேர்ந்த விஷயங்கள் அனைத்துமே.

அட்டவணை விலை, தள்ளுபடி,
தவணைக் காலம், தவணை,
அளவு, க்ரெடிட் டர்ம்ஸ், இன்ன பிற...

5

விலை குறைப்பு என்பது வில்லங்கம், விலையேற்றமே வியாபாரத்துக்கு ஏற்றம்

'என் கடை பக்கத்திலயே இன்னொரு கடை வந்திருக்கு, நான் என்ன பண்ணட்டும்?'

'கம்பெனி சேல்ஸ் குறைஞ்சுட்டே வருது, அதைக் கூட்ட வழி சொல்லுங்களேன்?'

'சில வருஷமா பெரிய வளர்ச்சியே இல்ல, என்ன பண்றது?'

இது போல் யாரேனும் கேட்டால் என்ன பதில் கூறுகிறீர்கள்? 'விலைய வேணும்னா குறைச்சுப் பாருங்களேன்' என்றா?

பலே. அடுத்த பணியை அப்புறம் பார்க்கலாம். சற்று சாய்ந்து அமருங்கள். உங்களிடம் நிறைய பேச வேண்டியிருக்கிறது.

விலை குறைப்பு என்பது பலராலும் சர்வரோக நிவாரணி ரேஞ்சுக்குப் பார்க்கப்படுகிறது. விலையைக் குறைத்தால் விற்பனை கூடும்; புதிய கஸ்டமர்கள் பெருகுவார்கள், இருக்கும் கஸ்டமர்கள் நம்மைக் கட்டிப்பிடித்து, கன்னத்தில் போட்டுக்கொண்டு கனகாபிஷேகம் செய்வார்கள் என்ற எண்ணம் நங்கூரமாகப் பலர் மனதில்

பதிந்துவிட்டது. விலை குறைப்புக்கு சிலை வைக்காதது ஒன்றுதான் பாக்கி. அப்படி விலை குறைப்பை வேதவாக்காக பாவித்து ஸ்லோகமாக படித்து நேர்த்திக்கடன் போல் குறைத்து, போகும் வழிக்குப் புண்ணியம் தேடுகின்றனர்.

விலையைக் குறைப்பதால் ப்ராண்ட் இமேஜைக் குறைத்து, போகப் போக ப்ராண்டையே குழிதோண்டிப் புதைக்கிறார்கள் என்பது பலருக்குத் தெரிவதில்லை. விலை குறைப்பால் வாடிக்கையாளர் தேவையை சரியாய் பூர்த்தி செய்ய முடியாமல் அவர்களையே இழப்பதையும் அறிவதில்லை.

விலை குறைப்பு வில்லங்கம் நிறைந்தது. இதைப் பற்றி 'பட்டையை கிளப்பு: ப்ராண்ட் பற்றிய க்ராண்ட் அறிமுகம்' என்ற என் புத்தகத்தில் இன்னும் நிறைய எழுதியிருக்கிறேன். இன்று அதற்கு ஒரு படி மேலே செல்ல உத்தேசம். ப்ராண்ட் விற்பனையைக் கூட்ட விலையைக் குறைப்பதைவிட ஏற்றுவது பல சமயங்களில் எளிமையான வழி, வலிமையான வழியும் கூட. பயப்படாதீர்கள், தூக்க கலக்கத்தில் சொல்லவில்லை. விஷயத்தை சீர்தூக்கிப் பார்த்துத்தான் சொல்கிறேன்!

உங்கள் ப்ராண்டை விலையைக் குறைத்து விற்றால் உங்கள் வாடிக்கையாளர்கள் உங்களைக் குறைவாகத்தான் எடை போடுவார்கள். 'அம்மா' மினரல் வாட்டர் விலை குறைந்ததுதான். குடிப்பதை விடுங்கள், அதை வாங்கி ஒன்றுக்கு இரண்டு முறை குளிக்கவே செய்யலாம். அத்தனை சீப். இருந்தும் அதை பலர் வாங்காததற்கு காரணம் அதன் குறைவான விலை தானே. அத்தனை குறைந்த விலை உள்ள மினரல் வாட்டர் நன்றாக இருக்குமா என்ற தயக்கம்தானே. நீங்களே அதை வாங்கிக் குடித்திருக்க மாட்டீர்கள். ஆனால் உங்கள் ப்ராண்டின் விலையைக் குறைத்தால் மட்டும் வாடிக்கையாளர் அதை முழுமையாக நம்பி வாங்கவேண்டும் என்று நீங்கள் நினைப்பது உங்களுக்கே கொஞ்சம் ஓவராகத் தெரிய வில்லையா?

அதிகப் பயன்களுடன் அதிக விலையை நிர்ணயித்து நீங்கள் ப்ராண்டை விற்க முயற்சி செய்யும்போதுதான் நல்ல வாடிக்கையாளர்கள் உங்களைத் தேடி வருவார்கள். உங்கள் ப்ராண்டைக் கேட்டு வாங்குவார்கள்.

மினரல் வாட்டர் ப்ராண்டுகள் அனைத்தும் சொல்லி வைத்துச் செய்ததுபோல் இருபது ரூபாய் விலை நிர்ணயித்துக்கொண்டு விற்க 'அக்வா ஃபீனா' மட்டும் இருபத்து இரண்டு ரூபாய்க்கு விற்கிறது. விலைகூட இருப்பதால் பெட்டராக இருக்கும் என்று தானே பலர் அந்த ப்ராண்டைக் கேட்டு வாங்குகிறார்கள்.

விலையைக் கூட்டி வைப்பதில் இன்னொரு சௌகரியமும் உண்டு. அதிக விலை தந்து வாங்கும் ப்ராண்டை விட்டு மற்ற ப்ராண்டுக்குப் பலர் லேசில் தாவுவதில்லை. இது போன்ற லாயல்டி, விலை குறைவான ப்ராண்டுகளிடம் காணப்படுவதில்லை. இன்று விலை குறைவான ப்ராண்ட் ஒன்றை வாங்குபவர் நாளையே அடுத்த குறைவான விலை ப்ராண்டுக்கு மாறத் தயங்குவதில்லை.

நாம் எப்படி நடந்துகொள்கிறோமோ, நம்மை எப்படி வெளிக்காட்ட விரும்புகிறோமோ அப்படித்தானே இந்த உலகம் நம்மை எடை போடும். விலை குறைவான ப்ராண்டை மற்றவர் முன் வாங்குவது கௌரவக் குறைச்சலாகக் கருதுவர்கள் அதிகரித்து வரும் உலகம் இது என்பதை நினைவில் வையுங்கள்.

'அம்மா தாயே தர்மம் பண்ணுங்கம்மா' என்று வருபவரிடம் 'வாங்க, ரொம்ப நாள் ஆச்சே, என்னிடம் வந்து நீங்க பிச்சை கேட்டு' என்று யாரையாவது வரவேற்கிறோமா? தேவையிருந்தும் இப்படிச் சென்று மற்றவரிடம் கேட்க நமக்கு மட்டும் கூச்சமாக இருக்க, இவன் வெட்கமில்லாமல் நம்மிடமே வந்து கேட்கிறானே என்று கேட்பவரிடம் கோபம்தான் வருகிறது. அதே போல்தானே விலைக் குறைப்பும். வாடிக்கையாளரிடம் 'அம்மா தாயே இதான் என் ப்ராண்ட், இதன் விலைய குறைச்சு தரேன்மா, இன்னமும் கூட குறைச்சுக்கறேன். தயவு செஞ்சு வாங்குங்கம்மா' என்று கெஞ்சினால் பாவம் என்று வாடிக்கையாளர் மட்டும் உங்களை மடியில் உட்கார வைத்துக் கொஞ்சுவாரா?

ஒரு விலையைக் கூறி வாடிக்கையாளர் பேரம் பேசினால் இன்னமும் கூடக் குறைத்துக்கொள்ள ரெடியாய் இருக்கும் உங்கள் மீது சந்தேகம் வருமா வராதா? சொன்ன விலையை மாற்றித் தருகிறாரே, ப்ராண்ட் பற்றி இவர் கூறிய மற்ற விஷயங்களை எப்படி நம்புவது என்று அவர் உங்களை ஒரு மாதிரி பார்க்கமாட்டாரா?

இதுதான் தரம், இதுதான் இதன் பயன்கள், இதுதான் விலை என்று உங்கள் ப்ராண்டுக்கு மூன்று கால் என்று நில்லுங்கள். உங்கள் மீதும் உங்கள் ப்ராண்ட் மீதுமுள்ள மதிப்பு வாடிக்கையாளர்கள் மனதில் கூடும். உங்கள் ப்ராண்ட் மற்ற ப்ராண்டுகளைவிட வித்தியாசமானது என்பதை அவர்கள் உணர்வார்கள்.

சென்னைவாசிகளுக்கு ஒரு கேள்வி. உங்கள் ஏரியாவுக்கென்று 'அந்த டைம்ஸ்', 'இந்த டாக்' என்று சில பேப்பர்கள் உங்கள் வீடு தேடி வரும். ஓசியில் வரும் அந்த பேப்பரை படிக்கிறீர்களோ இல்லையோ வீட்டில் மடித்து வைத்திருப்பீர்கள். அதோடு ஆங்கில அல்லது தமிழ்

நாளிதழையும் காசு கொடுத்து வாங்குவீர்கள். பொட்டலம் கட்ட அல்லது தரையில் உட்காரும்போது அழுக்காகாமல் இருக்க பேப்பர் விரிப்போம் என்று தேடும் போது எந்த பேப்பரை முதலில் எடுப்பீர்கள்? ஓசியில் வரும் உங்கள் ஏரியா பேப்பரையா காசு கொடுத்து வாங்கும் ந்யூஸ் பேப்பரையா?

ஓசியில் வந்த பேப்பரைத்தானே. அப்படியென்றால் ஓசியில் வந்த விஷயத்துக்கு அவ்வளவுதானே மதிப்பு!

'ஜோஷுவா பெல்' என்பவர் உலகப் புகழ் பெற்ற வயலின் மேஸ்ட்ரோ. ஒரு முறை வாஷிங்டனில் நடைபெற்ற அவருடைய கச்சேரியைக் கேட்க டிக்கெட்டுக்கு அடிதடி அமர்க்களம் நடந்து நூற்றுக்கணக்கானவர்கள் ஆயிரக்கணக்கில் பணம் தந்து சென்று பார்த்தனர்.

அடுத்த நாள் அதே ஜோஷுவா ரயில்வே ஸ்டேஷன் வாசலில் நின்று கொண்டு முன்தினம் தான் வாசித்த அதே க்ளாசிகல் இசையை வாசிக்கத் துவங்கினார். அவர் வாசித்து முடிக்கும் வரை ஆயிரக் கணக்கானவர்கள் அவரைக் கடந்து சென்றாலும் ஒருவரும் அவரைக் கவனிக்கவில்லை. சுமார் இருபது பேர் மட்டும் அவருக்குப் பிச்சை போடுவதுபோல் சில்லறையை வீசிவிட்டு சென்றனர். முந்தைய இரவு ஒரு மணி நேரத்துக்கு ஆயிரம் டாலருக்கு மேல் சார்ஜ் செய்தவர் அன்று ரயில்வே ஸ்டேஷன் வாசலில் சம்பாதித்தது வெறும் முப்பத்தி இரண்டு டாலர்கள்.

இன்னமும் கூட விலை குறைத்து வியாபாரம் செய்யவேண்டும் என்று ஆசைப்படுகிறீர்களா?

அதிக விலை தந்து ஒரு பொருளை, சேவையைப் பெறும் போது தான் அதன் மீது நமக்கு மதிப்பும் மரியாதையும் வருகிறது. கல்வி, ஜிம் போன்ற பொருள் வகைகளில் அதிக விலை தந்து சேரும் வாடிக்கையாளர்கள் அதை விடாமல் தொடர்ந்து செல்கிறார்கள். அதிகமாகப் பணம் தரும்போது வாங்கும் பொருள்மீது மரியாதை வருகிறது. அதன் மகத்துவம் புரிகிறது. அதையே குறைவான விலை தரும்போது அதன் முக்கியத்துவம் தெரிவதில்லை.

உங்களுக்கு ஒரு லட்சம் ரூபாய் விற்பனை வேண்டுமென்றால் ஆயிரம் பொருட்களை தலா நூறு ரூபாய்க்கும் விற்கலாம். நூறு பொருட்களை தலா ஆயிரம் ரூபாய்க்கும் விற்கலாம். இரண்டுமே ஒன்று போல் தோன்றினாலும் இதிலுள்ள ஆழமான மார்க்கெட்டிங் வித்தியாசங்களை உணர முயற்சி செய்யுங்கள்.

ஆயிரம் பொருட்களை விற்கும்போது அத்தனை வாடிக்கையாளர்களிடமும் ஓர் அந்நியோன்யத்தை வளர்க்க முடியாது. ஆனால் அதையே நூறு வாடிக்கையாளர்களை மட்டும் சந்தித்து விற்கும்போது அவர்களோடு ஒரு இனிய நீண்ட நாள் உறவை வளர்த்துக் கொள்ள முடிகிறது. ஆயிரம் வாடிக்கையாளர்களுக்கு விற்க முயற்சி செய்யும்போது அவர்கள் தேவைகள் அனைத்தையும் பூர்த்தி செய்ய முடியாது. நூறு வாடிக்கையாளர்களை மட்டுமே குறி வைக்கும் போது அவர்களுக்குத் தேவையானதைத் தந்து அதையும் தாண்டி அவர்களை மகிழ்விக்க முடிகிறது.

ஒன்றும் வேண்டாம், உங்கள் குழந்தையை எந்த ட்யூஷனில் சேர்ப்பீர்கள்? நூறு மாணவர்களுக்கு தலைக்கு நூறு ரூபாய் என்பவரிடமா அல்லது தலைக்கு ஆயிரம் ரூபாய் என்று பத்து மாணவர்களுக்கு மட்டும் ட்யூஷன் எடுப்பவரிடமா?

இது நாள் வரை நீங்கள் 'விலை குறைப்பு வியாபார முன்னேற்ற கழக' உறுப்பினர் எனில் முதல் காரியமாய் அக்கட்சியிலிருந்து ராஜினாமா செய்யுங்கள். விலையேற்றக் கட்சியோடு ஒரு தொகுதி உடன்பாடு வையுங்கள். அப்படி செய்தால் வியாபாரம் என்ற தேர்தலில் உங்கள் ப்ராண்ட் பெருவாரியான வாக்கு வித்தியாசத்தில் வெற்றி பெற்று மார்க்கெட் சட்டசபையில் நிச்சயமாக ஆட்சி அமைக்கும்!

□

6 ப்ராஸ்பெக்ட் தியரியும் விலையால் பாஸாகும் வழியும்

கடையில் ‘சூப்பர் 100’ என்ற அயர்ன் பாக்ஸ் பார்க்கிறீர்கள். ஆயிரத்து நூறு ரூபாய் விலையுள்ள இப்பொருள் இப்போது ஐநூறு ரூபாய் மட்டும் என்ற அறிவிப்புடன். உடனே வாங்குவீர்களா, இரண்டு கடை தேடிப் பார்ப்போம் என்று நினைப்பீர்களா?

‘நல்ல டீல். இங்கேயே வாங்குவேன்’ என்கிறீர்களா?

உங்களைப் போல்தான் ஆய்வில் நூற்றுக்கு எழுபத்தி ஐந்து பேர் கூறினார்கள்.

இன்னொரு கடையில் இருக்கிறீர்கள். கடையில் ‘சூப்பர் 100’ என்ற அயர்ன் பாக்ஸ் பார்க்கிறீர்கள். ஐநூறு ரூபாய் இருந்த இப்பொருள் இப்போது நானூற்றி ஐம்பது ரூபாய் மட்டுமே என்ற அறிவிப்புடன். இதை வாங்குவீர்களா, இல்லை இன்னும் இரண்டு கடை தேடிப் பார்ப்போம் என்று நினைப்பீர்களா?

‘இன்னும் இரண்டு கடை தேடிப் பார்ப்பேன்’ என்கிறீர்களா?

அதே ஆய்வில் வேறு ஒரு நூறு பேருக்கு இந்த கேள்வி கேட்கப்பட எழுபத்தி எட்டு பேர் இதையே

கூறினர். பலரும் இப்படியே கூறியிருக்கிறார்கள் என்பதால் நீங்கள் நினைத்தது சரியான அணுகுமுறை என்று தோன்றுகிறதல்லவா?

தப்பு!

யோசித்துப் பாருங்கள். இரண்டு கடைகளிலும் கேட்கப்பட்டது ஒரே ப்ராண்ட் பற்றி. இரண்டாவது கடையில்தான் விலை குறைவு. இங்கு தான் வாங்கவேண்டும். ஆனால் ஐம்பது ரூபாய் அதிகம் இருந்த கடையில் வாங்கவே அனைவரும் விரும்பினர். நீங்கள் உட்பட!

ஏன்?

இதைத் தெரிந்துகொள்ள நீங்கள் 'ப்ராஸ்பெக்ட் தியரி' (Prospect Theory) பற்றி தெரிந்துகொள்ள வேண்டும். இதை படைத்தவர்கள் 'டேனியல் கான்மென்' மற்றும் 'அமாஸ் வெர்ஸ்கி'. கான்மென்னுக்கு பொருளாதாரத்தில் நோபெல் பரிசு வாங்கித் தந்த கோட்பாடு. வெர்ஸிக்கு தான் பாவம் கொடுப்பினை இல்லை. பரிசு அறிவிக்கும் முன் அவர் இறந்துவிட்டார். நோபெல் பரிசு இறந்தவர்களுக்கு அளிக்கப்படுவதில்லை.

மக்கள் முடிவெடுக்கும் முறை பொதுவான பொருளாதார யூகங்களின்படி இல்லாமல் அதற்கு முற்றிலும் மாறாக அமைகிறது. எடுக்கப்படும் முடிவுகள் சீர்தூக்கிப் பார்க்கப்பட்ட அறிவு சார்ந்த முடிவுகளாக இருப்பதில்லை. கிடைக்கும் தகவலை உணர்வு பூர்வமாக ஆராய்ந்தே பலர் முடிவெடுக்கின்றனர். இந்த மேட்டரை மையமாக வைத்து பின்னாளில் உருவானதுதான் Behavioural Economics என்ற இயல்.

ப்ராஸ்பெக்ட் தியரிக்கு வருவோம். இதன் முக்கிய அம்சங்களில் ஒன்று மக்கள் ஆய்வு செய்யும் முறை. ஒரு விஷயத்தை நாம் உள்ளது உள்ளபடி அப்படியே ஆய்வு செய்வதில்லை. எந்த விஷயத்தையும் ஒரு ரெஃபரென்ஸ் பாய்ண்ட் கொண்டு பார்க்கிறோம். செல்லும் வண்டியின் வேகத்தைக் கடந்து போகும் காட்சிகளைப் பார்த்துத் தெரிந்துகொள்வது போல. கடந்து போகும் காட்சிகளே இங்கு ரெஃபரென்ஸ் பாயிண்ட். நாம் செல்லும் வண்டி எவ்வளவு வேகமாக போனாலும் நம் வண்டியை தாண்டி மற்ற வண்டிகள் ஓவர்டேக் செய்தால் நாம் வேகமாக போகாதது போல் உணர்கிறோம். மற்ற வண்டிகள் ரெஃபரென்ஸ் பாயிண்ட்டாக இருப்பதால்.

ஆரம்பத்தில் பார்த்த சூப்பர் 100 அயர்ன் பாக்ஸ் கேள்விக்குத் திரும்புவோம். கடை நிர்ணயித்த விலையை ரெஃபரென்ஸ் பாயிண்டாக நீங்கள் பார்த்தீர்கள். ஆயிரத்து நூறு ரூபாய் பொருள்

ஐநூறு ரூபாய் எனும் போது விலை ஏகத்துக்கும் குறைந்தது போல் தோன்றுகிறது. அதே பொருள் ஐநூறு ரூபாயிலிருந்து நானூற்றி ஐம்பது எனும்போது விலை குறைப்பு பெரியதாய் தெரியவில்லை.

இரண்டு கேள்விகளில் கேட்கப்பட்டதும் ஒரே ப்ராண்ட்தான். இரண்டாவது கடையில்தான் விலை கம்மி. இங்குதான் வாங்கவேண்டும். ஆனால் நாம் ஏற்கெனவே பார்த்தது போல் பலர் தேர்ந்தெடுத்தது முதல் கடையின் அதிகமான விலையைத்தான்.

டீவி விளம்பரங்களிலும் ரெஃபரென்ஸ் பாயிண்ட் சமாச்சாரத்தைப் பார்க்கலாம். அரை மணி நேர விளம்பரங்களைப் பார்த்திருப்பீர்கள். ‘உங்கள் கிச்சனை அழகாக்கி, சமையலை எளிதாக்கி, அனைவரையும் ஆச்சரியப்படுத்தும் இந்த அபூர்வ கிச்சன் செட் மூவாயிரம் ரூபாய் இருக்கும்; நான்காயிரம் ரூபாய் இருக்கும் என்று தானே நினைக்கிறீர்கள். இல்லை. இந்த அரிய கிச்சன் செட் வெறும் ஐநூறு மட்டுமே’ என்று விளம்பரம் கூறும்.

மூவாயிரம், நாலாயிரம் என்று ரெஃபரென்ஸ் விலையை அதிகரித்து ஐநூறு ரூபாய் மட்டுமே எனும் போது கிச்சன் செட் சீப்பாய் தோன்றுகிறது. வாங்கலாமா என்று ஆசை வருகிறது. அதோடு விடமாட்டார்கள் மார்க்கெட்டர்கள். ப்ராஸ்பெக்ட் தியரியா கொக்கான்னானா.

அதே விளம்பரம் இன்னும் தொடரும்: ‘இந்த கிச்சன் செட் கண்ணைப் பறிக்கிறதா? உங்களுக்காக இன்னொரு அரிய வாய்ப்பு. கீழ்கண்ட தொலைபேசி எண்ணுக்கு இப்பொழுதே தொடர்பு கொண்டு கிச்சன் செட்டை ஆர்டர் செய்தால் இன்னொரு கிச்சன் செட் முற்றிலும் இலவசம். ஆம், வெறும் ஐநூறு ரூபாய்க்கு இரண்டு சூப்பர் கிச்சன் செட். உடனே முந்துங்கள்’ என்று விளம்பரம் முடியும்.

விளம்பரம் பார்ப்பவர் மனதில் ப்ராஸ்பெக்ட் தியரி திரி கிள்ளி நெருப்பு வைத்துவிடும். கணவரைப் பிடுங்கித் தின்று கிச்சன் செட் வாங்கும்வரை அந்த நெருப்பு ஓயாது. சும்மாவா. மூவாயிரம், நான்காயிரம் என்று விலையை ரெஃபரென்ஸ் செய்து ஐநூறு என்றவுடன் உருகத் துவங்கிய மனம் இப்பொழுது அதே குறைந்த விலைக்கு இரண்டு கிச்சன் செட் என்றால் விடுமா? வீட்டில் கிச்சன் ஒன்றுதானே இருக்கிறது, எதற்கு இப்போது இரண்டு கிச்சன் செட் என்று கணவரால்தான் மறுத்துப் பேசமுடியுமா?

ப்ராஸ்பெக்ட் தியரியின் பல பரிமாணங்களில் ஒன்று ‘டிமினிஷிங் சென்ஸிடிவிடி’ (Diminishing Sensitivity) என்ற கோட்பாடு. ரெஃபரென்ஸ் பாயிண்ட்டிலிருந்து எத்தனை தள்ளியிருக்கிறதோ

அதற்கேற்ப அதன் மீதான நம் பார்வை மாறுபடும் தன்மையைக் குறிப்பது. இரண்டு கேள்விகள் மூலம் இதை விளக்குகிறேன்.

‘பாட்டா’ ஷோரூமில் ஆயிரத்து இருநூறு ரூபாய்க்கு ஷூ பார்க்கிறீர்கள். கடை சேல்ஸ்மன் அதே ஷூ இன்னொரு பாட்டா ஷோரூமில் ஆயிரத்து நூறு ரூபாய்க்கு இருக்கிறது என்கிறார். அந்த ஷோரூமுக்கு ஃபோனில் பேசி அங்கு அதே ஷூ இருப்பதை ஊர்ஜிதம் செய்கிறார். நூறு ரூபாய் மிச்சப்படுத்த அந்த கடைக்குச் சென்று வாங்குவீர்களா?

வாங்குவீர்கள் என்று எனக்குத் தெரியும். ஆய்வுகளில் பலர் இதையே கூறினார்கள்.

‘சோனி’ ஷோரூமில் இருக்கிறீர்கள். டீவி ஒன்றைத் தேர்வு செய்கிறீர்கள். இருபத்தி ஒன்பதாயிரத்து நூறு ரூபாய் விலை. கடை சேல்ஸ்மென் இதே டீவி இன்னொரு சோனி ஷோரூமில் இருபத்தி ஒன்பதாயிரம் ரூபாய்க்கு இருக்கிறது என்கிறார். நூறு ரூபாய் மிச்சப்படுத்த அந்த ஷோரூமுக்குச் செல்வீர்களா?

மாட்டீர்கள் என்றும் எனக்குத் தெரியும். பலரும் ஆய்வுகளில் இதையே கூறினார்கள்.

யோசித்துப் பாருங்கள். இரண்டு இடங்களிலும் ஒரே நிலை தான். அடுத்த கடைக்கு நீங்கள் செல்வதால் மிச்சப்படுத்தப்போவது நூறு ரூபாய். ஆனால் ஆயிரத்து இருநூறு ரூபாய் எனும்போது மிச்சப்படுத்தும் நூறு ரூபாய் பெரியதாகப்படுகிறது. இருபத்தி ஒன்பதாயிரம் ரூபாய் எனும்போது அதே நூறு ரூபாய் பிசாத்து காசாகப்படுகிறது. ஏனேனில் இரண்டு சமயங்களிலும் ரெஃபரென்ஸ் பாயிண்ட் மாறுபடுவதால்.

இதன் இன்னொரு பரிமாணத்தைப் பாப்போம். லாபத்தைவிட நஷ்டம் நமக்கு இன்னும் பெரியதாகத் தோன்றும். சூதாடுகிறீர்கள் என்று வைத்துக்கொள்வோம். நூறு ரூபாய் வெல்கிறீர்கள். குஷிதான். இன்னும் வெல்லலாம் என்ற ஆசையில் மேலும் சூதாடுகிறீர்கள். எண்பது ரூபாய் இழக்கிறீர்கள். எப்படி இருக்கும் உங்களுக்கு?

‘சே, எண்பது ரூபாய் போச்சே’ என்ற வருத்தப்படுவீர்கள். ரைட்டா? ஆய்வுகளில் இதையேதான் பலரும் கூறினர்.

சிந்தித்துப் பாருங்கள். சூதாடி சும்மா வந்த காசு. நூறு ரூபாய் வந்தது. அதில் எண்பது ரூபாய் போனது. சும்மா வந்த காசு தானே போனது? அதிலும் இருபது ரூபாய் மிச்சம் நின்றதே. அதுவும் சும்மா வந்த காசு

தானே. ‘ஆஹா, இருபது ரூபாய் ஓசியில் கிடைத்தது’ என்ற சந்தோஷத்தைவிட ‘சே, எண்பது ரூபாய் போனதே’ என்ற வருத்தம் தான் நமக்குப் பெரியதாகப்படுகிறது. கிடைக்கும் லாபத்தை விட இழக்கும் நஷ்டம் சிறியதாக இருந்தாலும் அந்த நஷ்டம் நமக்குப் பெரியதாகத் தோன்றும் என்கிறார்கள் உளவியலாளர்கள்.

இந்த லாப நஷ்ட மேட்டர் நடக்கும் வரிசையும் முக்கியம். சூதாட்டத்தில் முதலில் எண்பது ரூபாய் தோற்று அதன் பிறகு நூறு ரூபாய் நீங்கள் வென்றிருந்தால் அப்படியே தலைகீழாக உங்கள் எண்ணம் மாறியிருக்கும். ‘அய்யோ, எண்பது போச்சே’ என்று முதலில் வருத்தப்பட்டு ‘ஆஹா, நூறு வந்ததே’ என்று சந்தோஷப்பட்டிருப்பீர்கள். கையில் மீதமிருக்கும் இருபது ரூபாய் இப்போது உங்களுக்கு ஒரு ‘ஃபுல்’ அடித்த கிக்கைத் தரும்!

பொருள் விலை பற்றிய இன்னொரு சுவாரசிய மேட்டர் ஒன்று உண்டு. சில பொருள்களை வாங்கியபின் அதன் பயன்பாடு நமக்குக் கண்களில் தெரிவதில்லை. உதாரணத்துக்கு ஆயுள் காப்பீடு வாங்குகிறோம். ஆயுள் காப்பீட்டின் பயன் நமக்குக் கண்ணில் தெரிகிறதா? வாழும்வரை அதன் அருமைதான் புரிகிறதா? அதனாலேயே ஆயுள் காப்பீடு வாங்குவோர் எண்ணிக்கை நம் நாட்டில் வெகு குறைவு. இது போன்ற பொருள்களை விற்கும் கம்பெனிகள் என்ன செய்யலாம்?

ஆயுள் காப்பீடு போலவே கண்ணில் தெரியாமல் வேலை செய்யும் ஐட்டம் ஆண்டி வைரஸ் சாஃப்ட்வேர் பாக்கேஜ். உங்கள் கம்ப்யூட்டரை வைரஸ் தாக்கும், சளி பிடிக்கும், இருமி இருமி அதிலுள்ள டேட்டா எல்லாம் காணாமல் போகும் என்று எல்லாரும் பயமுறுத்துகிறார்கள் என்று காசு செலவழித்து மூன்று வருட கால அவசகாசம் கொண்ட ஏதோ ஆண்டி வைரஸ் சாஃப்வேர் ஒன்றை வாங்கி உங்கள் கம்ப்யூட்டரில் இன்ஸ்டால் செய்கிறீர்கள்.

மூன்று ஆண்டுகள் கழிகிறது. வாங்கிய ஆண்டி வைரஸால் ஏதாவது பிரயோஜனம் இருப்பதுபோல் தெரியவில்லை. வைரஸ் ஏதும் வந்தது போலும் தெரியவில்லை. வாங்கிய சாஃப்ட்வேர் எந்த வேலை செய்த சுவடும் தெரியவில்லையே என்று மூன்று வருடங்களுக்குப் பிறகு அதை ரெனியூ செய்யவேண்டாம் என்று முடிவு செய்துவிட்டால் அது போன்ற ஆண்டி வைரஸ் சாஃப்ட்வேர் கம்பெனிகள் எங்கு செல்லும்?

அதனாலே அடிக்கடி நீங்கள் கம்ப்யூட்டரில் வேலை செய்யும் போது உங்கள் பெயரைச் சொல்லி ஸ்க்ரீனில் ஒரு மெசேஜ் வரும்: ‘ஆண்டி

வைரஸ் சாஃப்ட்வேர் உங்கள் கம்ப்யூட்டரை ஆராய்ந்து வருகிறது, நீங்கள் பயப்படாமல் வேலை செய்யுங்கள். ஏதாவது வைரஸ் வந்தால் செருப்பை கழட்டி அடித்து துரத்துகிறேன்' என்பது போன்ற மெசேஜ் வரும். அதுவும் பத்தாமல் கம்ப்யூட்டரை நீங்கள் ஆன் செய்யும் போது 'உங்கள் கம்ப்யூட்டர் ஃப்ரீயாய் இருந்ததே என்று மொத்த கம்ப்யூட்டரையும் முழுவதுமாக செக் செய்தோம், எந்த வைரஸ் ஆபத்தும் இல்லை, தைரியமாக இருங்கள்' என்பது போன்ற மெசேஜ் உங்களை வரவேற்கும்.

இப்படி அடிக்கடி பார்க்கும் உங்களுக்கு 'சும்மா சொல்லக்கூடாது, வாங்கிய காசுக்கு வேலை செய்கிறது, அது பாட்டுக்கு இருந்துவிட்டு போகட்டும். நாம் மறக்காமல் ரென்யூ செய்து கொண்டிருப்போம்' என்று தோன்றும்.

இதிலிருந்து அறிவிப்பது என்னவென்றால்... என்று எதற்கு உங்களுக்குத் தனியாக விளக்கிக்கொண்டு. ப்ராஸ்பெக்ட் தியரியை வைத்து உங்கள் ப்ராஸ்பெக்ட்ஸை எப்படி உயர்த்துவது என்பதை நீங்களே சிந்திக்கமாட்டீர்களா என்ன?

□

7 விலை என்னும் சமரச சன்மார்க்கம்

இன்னொரு ப்ரைசிங் விளையாட்டு விளையாடுவோம். இந்த முறை சீப்பாய் அயர்ன் பாக்ஸ் எல்லாம் வேண்டாம். கொஞ்சம் பெரிய ஐட்டமாய் விளையாடுவோம்.

ஸ்மார்ட் டிவி என்று எல்லாரும் சொல்கிறார்களே, டீவி நிகழ்ச்சிகள் மட்டும் இல்லாமல் யூட்யூப் முதல் இண்டர்னெட்வரை அதிலேயே பார்க்கமுடியுமாம். சிக்னல் சரியாய் இருந்தால் பக்கத்து வீட்டில் நடப்பதுகூட நன்றாகத் தெரிகிறதாம், நாம் தான் ஸ்மார்டாய் இல்லை, நம் டீவியாவது ஸ்மார்ட்டாய் இருக்கட்டுமே என்று ஸ்மார்ட் டீவி வாங்க கடைக்குச் செல்கிறீர்கள் என்று வைத்துக் கொள்வோம்.

கடை வாசலில் சஃபாரி சூட்டில் ஒருவர் நிற்கிறார். இந்த ட்ரஸ் போட்டவர் அநேகமாய் சூப்பர்வைசராகத்தான் இருப்பார் என்று தயங்கி 'ஸ்மார்ட் டிவி என்று ஒன்று வந்திருக்கிறதாமே, அதைப் பார்க்க வந்தேன்' என்கிறீர்கள்.

புன்னகைத்து வரவேற்கிறார். 'ஒருத்தன் சிக்கிட்டாண்டா மாப்ள' என்பது போன்ற சிரிப்பு. 'நான் பிசியா இருக்கேன் உங்கிட்ட அனுப்பறேன்'

என்று மீன் பாடி வண்டியில் ஏற்றாத குறையாக டீவி செக்ஷன் எனும் மூத்திர சந்துக்கு அனுப்புகிறார்.

அங்கு சினிமாவில் பார்த்த காட்சிகள் போல் சுவர் முழுக்க சைஸ் வாரியாக டீவி அடுக்கி வைக்கப்பட்டிருக்க எல்லா டீவியிலேயும் இத்தனைப் பேர் பார்க்கிறார்களே என்ற கொஞ்சம் கூட வெட்கமே இல்லாமல் இரண்டு சிங்கங்கள் சம்போகம் பண்ணிக் கொண்டிருக்கின்றன.

சேல்ஸ்மென் அருகில் வருகிறார். 'ஸ்மார்ட் டீவி வேணும்னு கேட்டீங்களாமே'.

'தெரியாம கேட்டுட்டேன், இனிமே அப்படி கேக்க மாட்டேன்' என்று உங்கள் மனம் பயந்தாலும் இத்தனை தூரம் வந்துவிட்டோம், என்ன பெரியதாய் ஆகிவிடப்போகிறது என்று கொஞ்சத்துக்கு கொஞ்சம் தைரியத்தை வரவழைத்துக்கொண்டு 'ஆமாங்க, எந்த ப்ராண்ட் பெட்டர்' என்று கேட்கிறீர்கள்.

ஒரு ப்ராண்டைச் சுட்டிக்காட்டி அதன் பிரதாபங்கள், பகுதிகள், பயன்களைப் படபடவென்று பட்டியலிடுகிறார்.

சின்ன வயதில் கணக்கு வாத்தியார் பாடம் எடுத்தபோது ஒரு எழவும் புரியாமல் இருந்ததுபோல் இவர் பேச்சும் இருக்கிறது. இருந்தாலும் எதற்கும் இருக்கட்டும் என்று தலையை ஆட்டுகிறீர்கள்.

அவர் முடித்தபின் உங்களுக்குத் தெரிந்த ஒரே கேள்வியை கேட்கிறீர்கள். 'இது எவ்வளோங்க'.

இதைத்தான் நீ கேப்பாய் என்று எனக்குத் தெரியும் என்பது போல் சேல்ஸ்மென் உணர்ச்சியே இல்லாமல் 'அம்பதாயிரம் ரூபாய்' என்கிறார். அவரே தொடர்ந்து இன்னொரு டீவியைக் காட்டி 'இந்த மாடல் புதுசு' என்று அதன் சரித்திர சாதனைகளை ஆதி முதல் அந்தம் வரை விவரிக்கிறார்.

இது மட்டும் உங்களுக்குப் புரிந்துவிடப் போகிறதா என்ன. பழக்கத்தை மாற்ற வேண்டாமே என்று இதற்கும் தலை ஆட்டி கேட்டுக்கொள்கிறீர்கள்.

சுற்றிச் சுற்றி கடைசியில் எப்படியும் இதைத்தான் நீ கேட்கப் போகிறாய் என்பது போல் சேல்ஸ்மென் 'இது எண்பதாயிரம் ரூபாய்' என்று முந்திக்கொள்கிறார்.

ஹலோ, இந்த கட்டுரையை படித்துக்கொண்டிருக்கும் உங்களைத் தான். டீவியை அப்புறம் பார்க்கலாம். இப்போது என்னைப்

பாருங்கள். இந்த இரண்டு டீவியில் ஒன்றை வாங்கவேண்டும் என்றால் எதை வாங்குவீர்கள்?

வாங்கவேண்டும் என்று வந்துவிட்டதால் முதல் டீவி சீப்பாக இருப்பது போல் தெரிவதால் அதையே வாங்கலாமோ என்று என்னிடமே கேட்பீர்கள். ஆய்வு ஒன்றில் பெரும்பாலானவர்கள் இதையே கூறினார்கள்.

சரி, மீண்டும் கடைக்குச் சென்று கதையைத் தொடர்வோம். சேல்ஸ்மன் உங்களிடம் இன்னொரு டீவியைக் காட்டுகிறார். ‘இது லேட்டஸ்ட் மாடல். நேற்றுதான் சுடச்சுட வந்தது. இதில் சினிமா பார்த்தீர்கள் என்றால் ஷூட்டிங் ஸ்பாட்டில் உட்கார்ந்து படம் பார்த்தா மாதிரி இருக்கும். இளையராஜா பாடல்களை இதில் கேட்கவேண்டுமே. ஆஹா, சாட்சாத் அவர் கம்போசிங் செய்யும் ஸ்டுடியோவில் அவர் அருகில் அமர்ந்து கேட்பது போல் இருக்கும்’ என்று துவங்கி மூன்றாவது டீவியின் சாதனை சமாச்சாரங்களை சப்ஜாடாய் விவரித்துவிட்டு ‘இந்த டீவி ஒரு லட்சம் ரூபாய்’ என்கிறார்.

இப்பொழுது மூன்று ஸ்மார்ட் டீவி ப்ராண்டுகளைப் பார்த்திருக்கிறீர்கள். இந்த மூன்றில் எதை வாங்குவீர்கள்?

முதல் டீவி ரொம்ப சீப்பாய் தெரிகிறது. அதன் தரம் என்ன எழவில் இருக்குமோ? மூன்றாவது டிவி ஆஹோ ஓஹோ என்றாலும் ஏகப்பட்ட விலை. இந்த இரண்டு ப்ராண்டுகளைக் காட்டிலும் இரண்டாவது காட்டிய டீவி தேவலை போல் தெரிகிறது. அம்பதாயிரம் டீவி சீப். ஒரு லட்சம் டீவி காஸ்ட்லி. எண்பதாயிரம் டீவி ஓகே போல் தெரிகிறது உங்களுக்கு.

என்ன, உங்கள் மைண்ட் வாய்ஸ் இப்படித்தானே போகிறது? கையைக் கொடுங்கள். ஆய்வில் இதையே தான் பலரும் தேர்ந்தெடுத்தார்கள். உங்கள் தேர்வை, உங்கள் எண்ண ஓட்டத்தைத் தான் அவர்களும் அப்படியே பிரதிபலித்தார்கள்.

வாடிக்கையாளர்கள் பல ப்ராண்டுகளை ஆராய்ந்து வாங்க முற்படும் போது அவற்றுக்குள் சமரசத் தேர்வு (Compromise choices) செய்து தேர்ந்தெடுக்கிறார்கள் என்கிறார் ஸ்டான்ஃபர்ட் பல்கலைக்கழகப் பேராசிரியர் ‘இடமார் சைமன்சன்’. குறைந்தபட்சம் அவர்களுக்கு என்ன தேவையோ அதற்கும் அதிகபட்சம் அவர்களால் என்ன செலவு செய்ய முடியுமோ அதற்கும் இடைப்பட்ட பொருளைச் சமரசம் செய்து தேர்ந்தெடுக்கிறார்கள். இந்த உண்மையை பல ஆய்வுகள் மூலம் உறுதி செய்து தன் முடிவுகளை ‘கலிஃபோர்னியா

மானேஜ்மெண்ட் ரெவ்யூ' என்ற ஜர்னலில் Get closer to your customers by understanding how they make choices என்ற கட்டுரையில் விளக்குகிறார்.

மார்க்கெட்டிங் சைக்காலஜியில் இதை காம்ப்ரமைஸ் எஃபெக்ட் என்கிறார்கள். வாடிக்கையாளர்கள் தேர்வு செய்யும்போது பொருள் மதிப்பை காட்டிலும் நடுவில் இருக்கும் வாய்ப்பைத்தான் அதிகம் தேர்ந்தெடுப்பார்கள். தங்களுக்கு அளிக்கப்படும் ஆப்ஷன்களில் இருந்து தேர்தெடுக்கச் சொல்லப்படும்போது இருப்பதை ஒப்பிட்டு சமரசம் செய்தே தேர்ந்தெடுப்பார்களாம்.

ஏன் இப்படி?

ஏனெனில் தங்கள் தேர்வை நியாயப்படுத்த. யாரும் தங்கள் தேர்வைக் குறை கூறவோ குற்றம் சொல்லவோ முடியாமல் இருக்க. தங்களைத் தாங்களே கூட நியாயப்படுத்திக்கொள்ள!

மேலே கூறிய டீவி மேட்டருக்கும் வருவோம். ஸ்மார்ட் டீவி பற்றிப் பெரிதாக எதுவும் தெரியவில்லை. அதன் தன்மைகள், பயன்கள், அதன் விலைக்கான காரணம் கூடப் புரியவில்லை. ஏன் நீங்களும் பலரும் எண்பதாயிரம் ரூபாய் டீவியைத் தேர்ந்தெடுத்தீர்கள்?

வேறென்ன, காம்ப்ரமைஸ்தான். அம்பதாயிரம் டீவியும் எண்பதாயிரம் டீவியும் காட்டப்பட்டபோது அம்பதாயிரம் டீவி சரியான தேர்வாகப்பட்டது. ஆனால் அதோடு ஒரு லட்சம் டீவி சேர்க்கப்பட்டபோது அம்பதாயிரம் சீப்பாய் தெரிய, ஒரு லட்சம் அதிக விலையாய் பட, இந்த இரண்டுக்கு நடுவில் இருப்பது பெட்டராகக் கண்ணுக்குத் தெரிகிறது. காம்ப்ரமைஸ் செய்கிறோம். அதையே தேர்வும் செய்கிறோம். சமரச சன்மார்க்கம்!

நான் ஸ்மார்ட் டீவி வாங்கும்போது வேண்டுமானால் இந்த சைக்காலஜியை கவனிக்கிறேன், எனக்கெதற்கு இப்போது இது என்று அசால்ட்டாய் இருக்காதீர்கள். இந்த மேட்டரை நீங்கள் விற்கும் பொருள்களுக்கு சாமர்த்தியமாய் பயன்படுத்த முடியும். பயன்படுத்த வேண்டும்.

ஜவுளி கடை வைத்திருக்கிறீர்கள் என்று வைத்துக்கொள்வோம். இரண்டாயிரம் விலை புடவையை வாடிக்கையாளர்கள் விலை அதிகம் என்று ஆயிரம் ரூபாய் புடவையை மட்டுமே தேர்வு செய்கிறார்கள் எனில் அசராதீர்கள். நாலாயிரம் ரூபாயில் சில புடவைகளை வாங்கி அடுக்குங்கள். ஆயிரத்தையும் இரண்டாயிரத்தையும் பார்க்கும் வாடிக்கையாளர் இப்போது

நாலாயிரத்தைப் பார்த்த மாத்திரம் இரண்டாயிரம் விலை அதிகமாய் தெரியாது. நாலாயிரம் ரூபாய் புடவை அதிகமாக விற்காமல் கூட போகலாம். அதனால் என்ன. அதனால் இரண்டாயிரம் ரூபாய் புடவையை அதிகமாக விற்க முடியுமே!

டீவி, புடவை என்றில்லை. பெரும்பாலான பொருள்களுக்கும் இது பொருந்தும். ஒன்றும் வேண்டாம், மருந்துக்கடையில் கூட இது போல் நீங்கள் அதிக விலைப் பொருளைப் பார்த்து சமரசம் செய்து அதற்கு அடுத்த விலை மருந்தை எத்தனை முறை வாங்கியிருப்பீர்கள் என்பதை நினைத்துப் பாருங்கள்.

பல விலைகளில் ஒரே பொருள்களை விற்பவர்கள் யாவரும் இந்த சைக்காலஜியைப் பயன்படுத்திப் பயன்பெறலாம். எந்த விலைப் பொருளை விற்க வேண்டும் என்று நினைக்கிறீர்களோ அந்தப் பொருளை அதைவிடக் குறைவான விலைப் பொருள் மற்றும் அதிகமாக விலையுள்ள பொருள்களுக்கு மத்தியில் வைக்கவும். பிறகு பாருங்கள், எப்படி விற்கிறது என்பதை.

ஏதோ ஒரு டிவியுடன் நிறுத்தவில்லை இடமார் சைமன்சன். இன்னொரு ஆய்வில் 'மினோல்டா' காமிராக்களை எடுத்துக் கொண்டார். முதல் ரவுண்டில் சில வாடிக்கையாளர்களிடம் ஒன்றை விட உயர்வான இன்னொரு காமிரா என்று இரண்டு காமிராக்களைத் தந்து அதிலிருந்து ஒன்றைத் தேர்ந்தெடுக்கச் சொன்னார்.

அடுத்து வேறு வாடிக்கையாளர்களிடம் அதே இரண்டு காமிராக்களைத் தந்து அதோடு அவற்றைவிட இன்னும் சிறந்த மூன்றாவது காமிரா ஒன்றையும் தந்து அந்த மூன்றிலிருந்து ஒன்றைத் தேர்ந்தெடுக்கச் சொன்னார். என்ன ஆனது?

இரண்டு காமிராக்கள் தரப்பட்ட வாடிக்கையாளர்கள் அதில் எதைத் தேர்தெடுப்பது என்று குழம்பி சரி பாதியாய் தான் தேர்ந்தெடுத் திருந்தனர். மூன்று காமிராக்கள் தரப்பட்ட வாடிக்கையாளர்கள் அப்படி எல்லாம் பெரியதாகக் குழம்பவில்லை. தரப்பட்ட மூன்று காமிராக்களில் சுமாரான காமிராவையும் அதிசிறந்த காமிராவையும் ஒதுக்கி மத்திய தர காமிராவைத் தேர்ந்தெடுத்தனர். ஆக, அதிக விலையுள்ள எந்த பொருளை விற்க முயற்சி செய்யும்போது அதை விடக் குறைவான விலையுள்ள பொருளையும் அதைவிட அதிக விலையுள்ள பொருளையும் அருகே வைத்தால் விற்க முடியும் என்று மீண்டும் ஒரு முறை நிரூபித்தார் சைமன்சன்.

இதைத் தெரிந்துகொள்ளும் நீங்கள் இதோடு ஒரு சில விஷயங்களைக் கவனத்தில் கொள்ளவேண்டும். உங்கள் பொருள்களை மட்டுமே

வாடிக்கையாளர்கள் பார்ப்பதில்லை, போட்டியாளர் பொருள்களையும் சேர்த்தே பார்க்கின்றனர். உங்கள் பொருளின் விலையோடு அடுத்தவர் பொருளின் விலையையும் கவனிக்கும்போது சைமன்சன் விளக்கும் தத்துவம் லேசாக இடிபடும் என்பதை நினைவில் கொள்க.

இன்னொரு முக்கிய விஷயம். முதலாவதையும் மூன்றாவதையும் சேர்த்து வைத்தால் இரண்டாவது விலை போகும் என்பது வாஸ்தவம் தான். அதற்காக நான்காவது ஐந்தாவது என்று பொருள் வகைகளை அடுக்கிக்கொண்டே போகாதீர்கள். அத்தனையும் பார்த்து அதிலிருந்து எதை எடுப்பது எதை விடுப்பது என்று வாடிக்கையாளர்கள் ஏகத்துக்கும் குழம்பிப் போவார்கள். இதை Paralysis by analysis என்பார்கள்.

விலையில் உள்ள சமரச சன்மார்க்க வழி புரிந்ததா? இதை உங்கள் தொழிலில் செய்து பாருங்கள். வெற்றி பரிபூரணமாய் கிடைக்கும்!

□

8 விலையில் இத்தனை விஷயங்களா

மார்க்கெட்டிங்கின் முக்கிய அம்சமான 'நான்கு P' - ப்ராடக்ட், ப்ரைஸ், ப்ளேஸ், ப்ரமோஷன் - இதை மீண்டும் ஒரு முறை நினையுங்கள். ஒவ்வொன்றுக்கும் ஒரு தனித்துவம் இருந்தாலும் ப்ரைஸ் அதாவது விலைக்கென்று ஒரு பிரத்யேக குணம் உண்டு. அதைப் பற்றியும் அதை சாமர்த்தியமாகப் பிரயோகிக்கும் மேலும் சில வழிகள் பற்றியும் பார்ப்போம்.

நான்கு 'பி'களில் வருவாய் ஈட்டித் தரும் ஒரே 'பி' ப்ரைஸ். மற்ற மூன்று 'பி'க்களும் செலவுகள்.

ப்ராடக்ட் (பொருள்) தயாரிக்கச் செலவாகும்.

பொருளை வாடிக்கையாளரிடம் கொண்டு சேர்க்கும் வழிகளான ப்ளேஸ் (விநியோகம்) அதுவும் செலவே.

பொருள் பற்றிய செய்தியை வாடிக்கையாளர்கள் மனதில் பதிய வைத்து அவர்களை வாங்க தூண்டும் ப்ரமோஷன் (விற்பனை மேம்பாடு) ஓசியில் கிடைப்பதில்லை. விளம்பரம், போஸ்டர் என்று ஏகப்பட்ட செலவுகள்.

ஆனால் ப்ரைஸ் மட்டுமே வாடிக்கை யாளரிடமிருந்து வருவாயை வரவழைக்கும்!

இப்படிச் சொல்வதால் மற்ற மூன்று 'பி'க்கள் பிஸாத்து, பிரயோஜனமில்லாதது என்று சொல்லவரவில்லை. விலை என்ற விஷயத்தின் விசேஷத்தை விவரிக்கிறேன், அவ்வளவே.

விலை லேசுப்பட்ட மேட்டரல்ல. விலையை நிர்ணயித்தோம், ஸ்டிக்கரில் அச்சடித்து பொருளில் ஒட்டினோம் என்று இருக்கக் கூடாது. உலகின் தலைசிறந்த ப்ராண்டுகள் அனைத்தும் தங்கள் விலையை ஒரு காரணத்தோடுதான் நிர்ணயிக்கின்றன. எடுத்தோம் கவிழ்த்தோம் என்பது எப்படி வாழ்க்கையில் சரியாய் இருக்காதோ அதேபோல் எடுத்தோம் வைத்தோம் என்று பொருளுக்கு விலையை நிர்ணயிப்பது வியாபாரத்தில் சரிபடாது.

விலை நிர்ணயிப்பதிலும் அதை வாடிக்கையாளருக்குச் சொல்வதிலும் பல உளவியல் தில்லாலங்கடிகள் உண்டு. சிலவற்றை முந்தைய அத்தியாயங்களில் படித்தீர்கள். மேலும் சிலவற்றை இப்போது பேசுவோம்.

ஒரே மாதிரி விலை நிர்ணயிக்காதீர்கள்

ப்ராண்டுக்கு விலை நிர்ணயிக்கும்போது அதே பொருள் வகையில் உள்ள மற்ற ப்ராண்டுகள் என்ன விலை நிர்ணயித்திருக்கிறார்களோ அதையே நிர்ணயிப்பதுதான் ரிஸ்க் இல்லாத அணுகுமுறை என்று பலர் நினைக்கின்றனர். உதாரணத்துக்கு, மினரல் வாட்டர் பாட்டில் பொருள் வகையைப் பாருங்கள். எல்லா ப்ராண்டுகளும் சொல்லி வைத்தாற்போல் ஒரே விலையை நிர்ணயித்திருக்கும். இப்படிச் செய்வது அந்த மொத்த பொருள் வகையின் விற்பனையைப் பாதிக்கும் என்று சொல்கிறது 'யேல் பல்கலைக்கழக' ஆய்வு ஒன்று.

ஆய்வில் இரண்டு வெவ்வேறு பபுள் கம் ப்ராண்டுகள் அடுக்கி வைக்கப்பட்டிருந்தன. இரு ப்ராண்டுகளின் விலையும் அறுபத்தி மூன்று செண்டுகள். ஆய்வில் கலந்துகொண்டவர்களிடம் கொஞ்சம் பணம் தரப்பட்டு அந்த இரண்டு ப்ராண்டில் ஏதேனும் ஒன்றை வாங்கலாம் என்று கூறப்பட்டது. 46% பேர் மட்டுமே ஒன்றை வாங்கினார்கள்.

ஆய்வின் அடுத்த கட்டத்தில் ஒரு பபுள் கம் ப்ராண்டின் விலை 62 செண்டும் அடுத்த பபுள் கம் ப்ராண்டின் விலை 64 செண்ட் என்று கூறப்பட்டபோது 77% பேர் அந்த இரண்டில் ஒன்றை வாங்கினர். ஒரே மாதிரியான வெவ்வேறு பொருள்கள் ஒரே விலையில் விற்கப்படும் போது வாடிக்கையாளர்கள் வாங்காமல்விடுகின்றனர் என்பதைத் தெளிவாக நிரூபித்தது ஆய்வு.

மினரல் வாட்டர் ப்ராண்டுகள் ஒரே விலை என்று பார்த்தோம் இல்லையா. எல்லா ப்ராண்டுகளும் ஒரே விலை நிர்ணயித்திருக்க 'அக்வா ஃபீனா' மட்டும் அதிகம் விலை நிர்ணயித்திருப்பதைப் பற்றி முந்தைய அத்தியாயத்தில் பேசியதை மீண்டும் ஒரு நினைவு கூருங்கள். இதனாலேயே அக்வா ஃபீனா ப்ராண்ட் கடைகளில் பெயர் சொல்லிக் கேட்டு வாங்கப்படுவதோடு மார்க்கெட்டில் அதிகமாக விற்பனையாகும் மினரல் வாட்டராகவும் திகழ்கிறது.

விலை ஊன்றுதல் (Price Anchoring)

முதலில் தெரிந்துகொள்ளும் தகவலின் அடிப்படையில் முடிவெடுப்பதை உளவியலில் Anchoring என்பார்கள். நீங்கள் விற்கும் சட்டை எண்ணூறு ரூபாய் என்ற பட்சத்தில் அதை முடிந்தவரை இரண்டாயிரம் ரூபாய் சட்டைக்கும் அடுத்து வைக்கும்போது பார்ப்பவர்களுக்கு உங்கள் சட்டையின் விலை நியாயமாகத் தெரிகிறது, இரண்டாயிரம் ரூபாய் சட்டையை முதலில் வாடிக்கையாளர்கள் பார்த்ததால்!

உங்கள் பொருள் வகையில் விலையுர்ந்த ப்ராண்டுகளுக்கு அருகில் உங்கள் ப்ராண்டை வைக்குமாறு பார்த்துக்கொள்ளுங்கள். வரும் வாடிக்கையாளர் கண்ணில் அந்த ப்ராண்ட் முதலில் படட்டும். அடுத்து உங்கள் ப்ராண்ட் அவர் கண்ணில் படும்போது முதல் ப்ராண்ட் விலையோடு உங்கள் ப்ராண்டை ஒப்பிட்டு 'தேவலையே, இது சீப்பாய் இருக்கிறதே' என்று வாங்கத் தூண்டும். வேண்டு மானால் நீங்களே கடையில் ட்ரை செய்து பாருங்களேன்!

வாங்கும் வலிக்கு மருந்து தடவுங்கள்

பொருளைப் பெறும் சந்தோஷம் ஒருபுறம் இருந்தாலும் கஷ்டப்பட்டு உழைத்து சம்பாதித்த பணத்தைக் கொடுக்கும்போது வாடிக்கையாளருக்கு வலி இருக்கவே செய்யும். அந்த வலியை மறைக்க முடியாது என்றாலும் குறைக்க முடியும். இதற்கு உளவியல் உதவுகிறது.

யாருக்கு விற்கிறோம், அவர் எப்படிப்பட்டவர் என்பதை முதலில் புரிந்துகொள்ளுங்கள். அவர் குணாதிசயத்துக்கேற்ப விளம்பர வாசகத்தை எழுதும்போது அவருக்கு உங்கள் ப்ராண்டை வாங்கவும் தூண்டுகிறது, பணம் தரும் ஏற்படும் வலியையும் குறைக்க முடிகிறது. உதாரணத்துக்கு முதுகு வலி போக்கும் க்ரீம் விற்கிறீர்கள் என்று வைத்துக்கொள்வோம். உங்கள் வாடிக்கையாளர் அதிகம்

செலவழிக்க விரும்பாத நடுத்தர வர்க்க குடும்பத்தைச் சேர்ந்தவர் எனில் உங்கள் ப்ராண்டின் உபயோகத்தை விளம்பரத்தில் அதிகமாகக் குறிப்பிடுங்கள். 'எங்கள் ப்ராண்ட் உங்கள் முதுகு வலியிலிருந்து நிவாரணம் தரும்' என்று கூறினால் முதுகு வலியின் கொடுமையை விட அதை வாங்கும் வலி அவ்வளவு பெரியதல்ல என்று வாடிக்கையாளருக்குத் தோன்றி அவரை வாங்கவும் வைக்கும்.

அதுவே உங்கள் வாடிக்கையாளர் சற்றே வயது குறைந்தவாரகவும் வாங்கும் வசதியுள்ளவராகவும் இருக்கும் பட்சத்தில் 'எங்கள் ப்ராண்ட் உங்கள் முதுகுக்கு மசாஜ் செய்து ரிலாக்ஸ் செய்யும்' என்று சொல்லிப் பாருங்கள். சிறு வயது, வாங்கு வசதி இருக்கும் பட்சத்தில் இந்த விளம்பர வாசகம் அவர் கண்ணில் படுவதோடு வாங்கவும் தூண்டும். வாங்கும் வலியைக் குறைக்கும்!

வார்த்தைகளுக்கு விலையில்லை, ஆனால் விவகாரமானவை. சாதரணமாய் உங்களுக்கு தோன்றும் வார்த்தைகூட வாடிக்கை யாளருக்கு சாமானியமாய் தெரியும். 'கார்னெகி மெலன் பல்கலைக்கழக' ஆய்வு ஒன்றில் ஒரு பொருளின் விலைக் குறைப்பை இரண்டுவிதமாக விவரிக்கும்போது விற்பனை அதிகரித்ததைக் கண்டனர். பொருளின் விலை 'ஐந்து டாலர்' என்று கூறப்பட்டது. வேறு சிலருக்கு 'வெறும் ஐந்து டாலர் மட்டுமே' என்று கூறப்பட்டது. 'வெறும் ஐந்து டாலர் மட்டுமே' என்று கூறப்பட்ட போது பொருளின் விற்பனை 20% அதிகரித்ததாம். இரண்டு வார்த்தைகள், அதில்தான் எத்தனை மகத்துவம் பாருங்கள். வாங்கும் வலியை எப்படிக் குறைக்கிறது என்பதைக் கவனியுங்கள்!

வார்த்தைகளைக் கூட்டுங்கள், இடையிலுள்ள கேப்பைக் குறையுங்கள்

'வெறும்', 'மட்டுமே' போன்ற வார்த்தைகளின் மகத்துவத்தைப் பார்த்தோம். ஆனால் இதன் மதிப்பு வார்த்தைகளில் பயன்படுத்தும் போதுதானாம். விலையை நம்பராகக் குறிக்கும் போது கேப் விடாமல் எழுதினால்தான் பயன் என்கிறது 'ஜர்னல் ஆஃப் கன்ஸ்யூமர் சைக்காலஜி' வெளியிட்ட ஆய்வு ஒன்று.

ரூ. 1,500.00
ரூ. 1,500
ரூ. 1500

ஒரே பொருள். அதன் விலை மூன்றுவிதமாக எழுதப்பட்டிருந்தது. ஆய்வில் மேலே இருந்த முதல் இரண்டு விலையும் மூன்றாவதாக

இருந்த விலையை விட அதிகமாக தெரிந்ததாம். ஒரே விலை பிரித்தும் சேர்த்தும் எழுதும்போது எப்படி மனதுக்கு வேறுபடுகிறது பார்த்தீர்களா?

விலையை எழுதும்போதுகூட அல்ல, சொல்லும் போதும் இதே கதை தான். ஆங்கிலத்தில் ஒன்று சொல்வார்கள். ஜலதோஷத்துக்கு மருந்து சாப்பிடவில்லை என்றால் ஏழு நாள் இருந்தே தீரும். மருந்து சாப்பிட்டால் ஒரு வாரத்தில் சரியாகிவிடும். மருந்து சாப்பிட்டாலும் சாப்பிடாவிட்டாலும் ஜலதோஷம் இருக்கப் போகும் கால கட்டம் ஒன்றே. ஏழு நாள் என்று இழுத்துக் கூறும்போது பெரியதாகத் தெரிகிறது. அதையே ஒரு வாரம் என்று சுருக்கிச் சின்னதாகக் கூறும் போது சிறியதாகப்படுகிறது.

சிறு வயதில் என் பாட்டி அடிக்கடி சொன்ன பழமொழி ஒன்று நினைவுக்கு வருகிறது. மாமியார் ஒருவர் சொன்னாராம். 'என் பொண்ணு வெள்ளியோட வெள்ளிதான் எண்ணெய் தேச்சுக் குளிக்கறா. என் மருமகளோ தீபாவளிக்கு தீபாவளி எண்ணெய் தேச்சுக் குளிக்கறா'!

ஒரு படத்தில் வடிவேலுவிடம் பஞ்சாயத்தார் 'கையப் பிடிச்சு இழுத்தியா' என்று கேட்க 'என்ன கையப் பிடிச்சு இழுத்தியா' என்று பதிலளிப்பார். 'நமக்கும் அவங்களுக்கும் ஏற்கெனவே வாய்க்கா பிரச்னை' என்று பஞ்சாயத்து தலைவர் அடுத்து கேட்க 'என்ன வாய்க்கா பிரச்னை' என்று மீண்டும் மடக்குவார். அப்போது ஒருவர் பஞ்சாயத்து தலைவரிடம் 'அவன் பெரிய கல்லுளிமங்கன், கேப் விடாம பேசுங்க' என்று அறிவுரைப்பார். அதே அறிவுரைதான் உங்களுக்கும். விலையை நம்பராக எழுதும்போது கேப் விடாமல் எழுதுங்கள், வாடிக்கையாளர்களுக்குப் பெரிய விலையாகத் தெரியாது. 'என்ன கேப் விடாம எழுதுங்க' என்று என்னையே நீங்கள் மடக்க நினைத்தால் ஐ ஆம் எஸ்கேப்!

'நவ'கிரக விலையின் மகிமை

ப்ராண்ட் விலை '9'ல் முடியும் போது அதற்கு நவக்கிரக அனுக்ரஹம் கிடைப்பதைப் பல உளவியல் ஆய்வுகள் நிரூபித்திருக்கின்றன. இது விலை கம்மியான ப்ராண்டுகளுக்கு மட்டுமே பொருந்தும் என்பதை நினைவில் கொண்டு மேலே படியுங்கள்.

அமெரிக்க ஆய்வு ஒன்றில் $35 விலை கொண்ட பெண்கள் ஆடையையும் அதே ஆடையை $39 என்று எழுதியபோது அதன் விற்பனை 24% அதிகரித்ததை கண்டனர்.

விலை குறைப்பு வைபவங்களுக்கு இந்த டெக்னிக் இன்னமும் ஏகோபித்தமாக உதவுவதை இன்னொரு ஆய்வு கண்டுபிடித்தது. '$60 விலைகொண்ட ப்ராண்ட் இப்போது $45' என்று ஒரு பிரிவினருக்கு காட்டப்பட இன்னொரு பிரிவினருக்கு '$60 விலை ப்ராண்ட் இப்போது $49' என்று காட்டப்பட்டபோது இரண்டாவது பிரிவினர் ஏகோபித்தமாக அதை வாங்கினார்களாம்.

நன்றாகக் கவனியுங்கள், முதல் பிரிவைவிட இரண்டாம் பிரிவு அதிக விலை தந்து வாங்கவேண்டும். இருந்தும் வாங்கியிருக்கிறார்கள். எல்லாம் நவ கிரஹ மகிமை!

□

ப்ளேஸ் சைக்காலஜி

கம்பெனியையும் வாடிக்கையாளர்களையும்
இணைக்கும் பாலம். அந்தப் பாலம் வழியாகத்தான்
உங்கள் பொருள் ஃபாக்ட்ரியிலிருந்து கிளம்பி
பல மைல்களும் பல கைகளும் தாண்டி
வாடிக்கையாளர் வீடு சென்றடைகிறது.

சேனல்கள், கவரேஜ், விற்கும் இடங்கள்,
டீலர், டிஸ்ட்ரிப்யூட்டர், ப்ரேன்சைசி,
ஆன்லைன், மொத்தவிலைக் கடைகள்,
சில்லறை கடைகள், கோடவுன்,
ட்ரான்ஸ்போர்ட், இன்ன பிற...

9 நடத்தை அறிவியல் கொண்டு மடத்தை பிடியுங்கள்

ஏற்கெனவே நாம் பார்த்த ஒரு மேட்டர்போல் இருக்கும் விஷயம் பற்றிக் கேட்கப் போகிறேன். படித்தது ஞாபகம் இருக்கிறதா என்று செக் பண்ணுகிறேன் என்று நினைத்துக்கொள்ளுங்கள்.

சூதாடுகிறீர்கள் என்று வைத்துக்கொள்வோம். ஒரு பேச்சுக்குத்தான். முதலில் நூறு ரூபாய் தோற்று அடுத்த ரவுண்டில் ஐம்பது ரூபாய் ஜெயிக்க விருப்பமா அல்லது முதல் ஆட்டத்தில் ஐம்பதை ஜெயித்து அடுத்த ரவுண்டில் நூறைத் தொலைத்தால் ஓகேவா?

முதலில் தோற்று அடுத்ததில் ஜெயிப்பது பெட்டர் என்பீர்கள். பலே.

ஒரு தட்டில் ஆப்பிள் பதினாறு சுளையாக வெட்டப்பட்டு வைக்கப்பட்டிருக்கிறது. இன்னொரு தட்டில் ஆப்பிள் எட்டு சுளையாக வெட்டி வைக்கப்பட்டிருக்கிறது. எந்த தட்டில் ஆப்பிள் அதிகம் இருப்பது போல் தோன்றும்?

பதினாறு சுளையுள்ள தட்டு என்பீர்கள். ஓகே.

கிரிக்கெட் மாட்ச் பார்க்கையில் நண்பர் வருகிறார். அதுவரை நன்றாக ஆடிய கோலி அவுட் ஆகிறார். மட்டமான ஷாட் ஆடிய கோலியைத் திட்டுவீர்களா;

இல்லை இந்த எழவெடுத்தவன் ரூமுக்குள் வந்தாலே விக்கெட் விழும் என்று பாவம் அந்த நண்பர் மீது பழி போடுவீர்களா?

நண்பர்தான் உங்களிடம் வாங்கிக் கட்டிக்கொள்வார், இல்லையா. சூப்பர்.

நீங்கள் மட்டுமல்ல, பலர் இப்படித்தான் பதிலளிக்கிறார்கள். ஏன் இப்படிக் கூறுகிறோம் என்று நாம் சிந்திக்காவிட்டால் என்ன, நடத்தை விஞ்ஞானிகள் (Behavioural Scientists) ஆராய்ந்து கூறியிருக்கிறார்கள். அறிவாற்றல் செயல்முறையை, நமக்குள் நடக்கும் நடத்தை தொடர்புகளை ஆராயும் இயல்களை 'நடத்தை அறிவியல்' (Behavioural Science) என்று மொத்தமாய் அழைக் கிறார்கள். நாம் நடந்துகொள்வதைப் பார்த்தும் ஆய்வுகள் மூலமாகவும் நம் நடத்தைக்கான ஆதாரக் காரணங்களை அறிகிறார்கள். சைக்காலஜி, காக்னிடிவ் சைன்ஸ், சைக்கோபயாலஜி, ஆந்த்ரபாலஜி எல்லாம் நடத்தை அறிவியலின் அங்கங்களே.

வாழ்க்கையை விடுங்கள், நடத்தை அறிவியல் தத்துவங்களைக் கொண்டு வியாபாரத்தில் கல்லா கட்டும் வழியை ஆராய்வோம். தொழில் செய்யும்போது வாடிக்கையாளரைப் பல வழிகளில் சந்திக்கிறீர்கள். அந்த சந்திப்புகளின் அடிப்படை உளவியல் பற்றி சிந்திக்கிறீர்களா?

அச்சந்திப்புகள், சந்தர்ப்பங்களில் வாடிக்கையாளர் உணர்வதை, அதன் காரணங்களைப் பலர் கவனிப்பதில்லை. வாடிக்கையாளரும், தான் உணர்வதை வார்த்தைகளில் விவரிப்பதில்லை, விவரிக்கத் தெரிவதுமில்லை.

நடத்தை அறிவியல் மூலம் வாடிக்கையாளர்கள் அனுபவங்கள், அவர்கள் உணர்வுகள், அதன் காரணங்களைப் புரிந்துகொள்ளமுடியும் அவர்களுக்கு இன்னமும் கூட சிறந்த சேவையைத் தந்து மார்க்கெட்டில் வெற்றி பெற முடியும் என்கிறார்கள் 'ரிச்சர்ட் சேஸ்' மற்றும் 'ஸ்ரீராம் தாசு'. நடத்தை அறிவியல் தத்துவங்களை, அதை மார்க்கெட்டர்கள் பயன்படுத்தக்கூடியவிதங்களை 'ஹாவர்ட் பிசினஸ் ரெவ்யூ' ஜர்னலில் 'Want to Perfect Your Company's Service, Use Behavioural Science' என்ற கட்டுரையில் விளக்குகிறார்கள்.

புடவைக்கடை முதல் நகைக்கடை முதலாளிகள் வரை வாடிக்கையாளர் உள்ளே நுழையும் நேரம் முதல் அவர் கிளம்பிச் செல்லும் நேரம் வரை நல்ல சேவை தந்தால் தாம் மகிழ்வார்கள் என்று நினைக்கிறார்கள். முடிந்தால் முழு நேரமும் நல்ல சேவை

கொடுங்கள், தப்பில்லை. ஆனால் பல சமயங்களில் அது முடிவதில்லை. எங்கேயாவது சேவை சொதப்பலாய் இருக்கிறது.

அதற்குக் கவலைப்படாதீர்கள் என்கிறது நடத்தை அறிவியல். கடையில் நுழையும் நேரத்தைவிட ஷாப்பிங் முடியும் நேரம் அதி முக்கியமாம். ஏனெனில், ஷாப்பிங் செய்த நினைவலைகளை மீண்டும் அசைபோடும்போது வாடிக்கையாளர் மனதில் ஷாப்பிங் முடிவில் அவர்கள் மனதில் பட்ட உணர்வுகள்தான் பிரகாசமாய் தெரியுமாம். அதற்காகக் கடைக்குள் நுழையும் போது அவர்களைக் கண்டுகொள்ளாமல் விட்டுவிட்டு கிளம்பும்போது கையெடுத்து கும்பிட்டு மகிழ்விப்பேன் என்று கூறுவது அழுகுணி ஆட்டம். அப்படிச் செய்தால் உங்கள் கடை பக்கமே வரமாட்டார்கள். போகும் போது அவர்களே உங்கள் ஷட்டரையும் இழுத்து மூடிவிட்டுப் போவார்கள்!

சூதாட்டத்தில் முதலில் தோற்று அடுத்ததில் ஜெயிப்பது பெட்டர் என்றீர்களே, அதுபோல. இது இன்னமும் தெளிவாகப் புரிய நோபெல் பரிசு பெற்ற 'டானியல் கான்மென்' வழங்கிய 'பீக் எண்ட் விதி' பற்றி பேசுவோம்.

நமக்கு ஏற்படும் அனுபங்களை அசைபோடும்போது அதன் காலநேரத்தை ஒதுக்கிவிடுகிறோமாம். இதை கால அவகாசப் புறக்கணிப்பு (Duration Neglect) என்கிறார்கள். நாம் பெறும் அனுபவங்களில் இரண்டு முக்கிய தருணங்களை மட்டும் கணக்கிலெடுத்து மதிப்பிடுகிறோமாம். அனுபவத்தில் நாம் பெற்ற சிறந்த அல்லது மோசமான தருணம் (பீக்). அனுபவத்தின் முடிவில் நடந்த, உணர்ந்த விஷயம் (எண்ட்). இவை இரண்டை தான் கவனிக்கிறோமாம். இதை பீக்-எண்ட் விதி (Peak-End Rule) என்கிறார்கள்.

'டேனியல் கான்மென்' மற்றும் அவருடைய சகாக்கள் நடத்திய மூன்று சுற்றுக்கள் கொண்ட ஆய்விலிருந்து ஆரம்பிப்போம். பக்கெட்டில் ஜில்லென்று தண்ணீர் நிரப்பி ஆய்வில் கலந்துகொண்டவர்களை அதில் தங்கள் கைகளை வைக்குமாறு கேட்டுக்கொண்டார்கள்.

ஜில்லென்றால் உங்கள் வீட்டு ஜில் எங்கள் வீட்டு ஜில் அல்ல; கை மரத்துபோகும் அளவுக்கு ஜில்லோ ஜில். அறுபது செகண்ட் பக்கெட்டில் கையை வைத்திருந்தார்கள். அறுபது செகண்ட் என்பது ஆய்வாளர்களுக்கு மட்டும் தெரியும். ஆய்வில் கலந்துகொண்டவர்களுக்குத் தெரியாது. அவர்களுக்கென்னவோ மணிக்கணக்கில் ஜில் தண்ணீரில் கையை வைத்திருந்ததுபோல்தான் இருந்தது.

இரண்டாவது சுற்று. அனைவரையும் மீண்டும் பக்கெட்டுக்குள் கை வைக்கச் சொன்னார்கள். 90 செகண்ட் கையை பக்கெட்டுக்குள் வைக்கும்படியான ஆய்வு. ஆனால் அறுபது செகண்ட் முடிந்த பின் பக்கெட்டிலிருந்த தண்ணீரின் ஜில் தன்மை ஆய்வாளர்களால் குறைக்கப்பட்டது. ஆய்வில் கலந்துகொண்டவர்களுக்கு, கையில் விறைப்பு குறைவதை உணர முடிந்தது.

ஆய்வின் மூன்றாவது சுற்று. 'மீண்டும் பக்கெட்டுக்குள் கை வைக்கவேண்டும். முதல் சுற்றுபோல் இருக்கவேண்டுமா அல்லது இரண்டாவது சுற்று போல் வேண்டுமா' என்று ஆய்வில் கலந்துகொண்டவர்களிடம் கேட்கப்பட்டது.

புரிகிறதா? அறுபது செகண்ட் அவதிப்படுகிறீர்களா இல்லை 90 செகண்ட் அவதிப்படுகிறீர்களா என்ற கேள்வி.

69% பேர் இரண்டாவது சுற்றைத் தேர்ந்தெடுத்தனர். ஏன் இந்த விபரீத எண்ணம்? அதிக அவதிக்கு எதற்கு அதீத ஆசை?

ஆய்வில் கலந்துகொண்டவர்கள் மனதில் முதல் சுற்று முடியும் தருணத்தைவிட இரண்டாவது சுற்று முடிந்த தருணம் கொஞ்சம் அவதி குறைந்ததாக, சற்றே இதமாக இருந்ததால் அந்தத் தருணம் மட்டுமே நினைவில் நின்றது. அதிக நேரம் கைகளை ஜில் தண்ணீரில் வைத்திருந்த விஷயம் நினைவில் இருப்பதில்லை. அதனால்தான் இரண்டாவது சுற்றை அதிகம் பேர் தேர்ந்தெடுத்தனர்.

பல மருத்துவமனைகளிலும் க்ளினிக்குகளிலும் வருபவர்களை ஒரு இடத்தில் பெயர் வாங்கிக்கொண்டு இன்னொரு இடத்தில் சீட்டெழுதித் தந்து அங்கிருந்து வேறு ஒரு இடத்துக்குச் சென்று காத்திருக்கச் சொல்லி கடைசியில் அவர்கள் வியாதி முற்றிப்போன பிறகுதான் டாக்டரையே பார்க்க அனுப்புவார்கள். இதற்கு பதில் அவர்களை அலைக்கழிக்காமல் ஒரு இடத்திலேயே தேவையான ஃபாரங்களை பூர்த்தி செய்து அங்கேயே காத்திருக்கச் சொல்லுங்கள். ஒரே ரூமில் இருபது நிமிடம் காத்திருப்பது மூன்று ரூம்களில் அதே இருபது நிமிடம் காத்திருப்பதைவிட கம்மியாகத் தோன்றும். ஒரே ஆப்பிளை பதினாறு துண்டுகளாக வெட்டி வைத்திருப்பது எட்டு துண்டுகளாக வெட்டி வைத்திருப்பதைவிட அதிகமாகத் தெரிவதைப் போல!

விற்பனைத் தருணங்களில் ஒரு விஷயம் மட்டுமே பிரதானம். அங்கு என்ன, எப்படி, எவ்வாறு நடந்தது என்பதைப் பற்றி வாடிக்கையாளர் எப்படி பார்க்கிறார், என்ன நினைக்கிறார் என்பதே. அவர்கள் எண்ணங்களை, உணர்வுகளைப் பாதிக்கும் காரணிகளை

மார்க்கெட்டர்கள் விசேஷக் கவனத்துடன் கண்காணிப்பது அவசியம். விற்பனையின் போதும் விற்ற பிறகும் கூட வாடிக்கையாளர் மனதில் மார்க்கெட்டர் அளித்த சேவையின் சந்தோஷம் மட்டுமே நினைவலையில் நிற்க, நடத்தை அறிவியல் தத்துவங்களைப் பயன்படுத்துங்கள்.

வாடிக்கையாளராக உங்களைப் பாவியுங்கள். உங்களோடு அவர்கள் ட்ராவல் செய்யும் விதத்தை அவர்கள் பார்வையில் புரிந்துகொள்ள முயற்சி செய்யுங்கள். உங்களோடும் உங்கள் ஊழியர்களோடும் அவர்கள் செலவழிக்கும் ஒவ்வொரு நொடியையும் பிரித்து ஆராயுங்கள். அந்தத் தருணங்களில் என்ன மாற்றம் கொண்டு வரவேண்டும் என்பதை சிந்தியுங்கள். எதைக் குறைப்பது? எதைக் கூட்டுவது? வாடிக்கையாளருக்கு எங்கு தேர்ந்தெடுக்கும் வழியைத் தரவேண்டும்? எந்தத் தருணங்களில் வாடிக்கையாளரை வயலேட் செய்யக்கூடாது? விற்பனை முடியும் தருணம் எப்படி இருக்க வேண்டும்? அது மகிழ்ச்சியானதாக, மனநிறைவானதாக மாற்ற என்ன செய்யவேண்டும்? இந்தக் கேள்விகளுக்கு விலாவாரியாக விடை தேடுங்கள்.

முடிந்தால் நடத்தை அறிவியல் பற்றிய புத்தங்களை, ஆய்வுக் கட்டுரைகளைத் தேடிப் படியுங்களேன். 'நடத்தை கற்றவன்' என்று பெயரெடுப்பது ஒன்றும் தப்பில்லையே!

□

10 இசை கேட்டால் புவி மட்டுமல்ல, வாடிக்கையாளரும் அசைந்தாடுவார்

என் கடைக்கு வருபவர் என் பணத்தை அவர் பர்ஸில் வைத்திருக்கிறார். அதை அவரிடமிருந்து பெற்றுக்கொள்வதுதான் என் வேலை என்றாராம் ஒரு கடைக்காரர். அடித்துப் பிடுங்காமல் பொருளை அழகாக அடுக்கிவைத்து வந்தவர்களிடம் கேட்டுப் பெறும் நல்ல தொழில் ரீடெயில்!

கடையின் இமேஜை வளர்க்கவும் வரும் வாடிக்கை யாளர்களை வாங்க வைக்கும் வகையில் கடையின் சூழலை வடிவமைப்பதை அட்மாஸ்ஃபியரிக்ஸ் (atmospherics) என்று பெயர் வைத்து அழைத்தார் 'ஃபிலிப் காட்லர்'. வாடிக்கையாளர்களைக் கவர்வது மட்டுமல்ல, விற்க வைக்கப்பட்டிருக்கும் பொருளைவிட வாடிக்கையாளரை வாங்க வைக்கும் முக்கியமான விஷயம் அட்மாஸ்ஃபியரிக்ஸ் என்றார் காட்லர். அதாவது எந்தக் கடையிலும் அங்கு விற்க வைக்கப்பட்டிருக்கும் பொருளைவிட கடையின் சூழலே மிக முக்கியம் என்றார்.

வாடிக்கையாளர்களின் உணர்வை எழுப்பும் பல அட்மாஸ்ஃபியரிக் விஷயங்களில் முக்கியமானது 'சத்தம்'. குறிப்பாக கடையில் பின்னணியில் இழையவிடப்படும் இசை. வெவ்வேறுவிதமான கடைகளின் பின்னணியில் ஒலிபரப்பப்படும்

வெவேறு விதமான இசையால் அங்கு வாங்கும் வாடிக்கையாளர்கள் மனதில் ஏற்படும் தாக்கத்தைப் பற்றி பல வருடங்களாக பல ஆய்வுகள் நடத்தப்பட்டு வருகின்றன. எந்த மாதிரி கடைகளில், எந்த மாதிரி பொருள்களுக்கு, எந்த நேரத்தில், எந்த மாதிரி வாடிக்கையாளர்களை எந்த மாதிரி இசை எந்த மாதிரி பாதிக்கிறது என்பது பற்றி மாதிரி மாதிரியாக ஆய்வுகளை நடத்தியிருக்கிறார்கள் உளவியலாளர்கள். மாதிரிக்கு சிலவற்றைப் பற்றி இந்த அத்தியாயத்தில் அலசுவோம். என்ன, ஒரு மாதிரியாக இருக்கிறதா?

சூப்பர்மார்க்கெட்டிலிருந்து துவங்குவோம். அங்கு ஒலிபரப்பப்படும் பின்னணி இசையின் டெம்போ வாடிக்கையாளர் கடையில் நடந்து செல்லும் வேகத்தைப் பாதித்து அதோடு விற்பனையின் அளவையும் பாதிக்கிறது என்று ஆய்வுகள் மூலம் விளக்கியிருக்கிறார் 'ரொனால்ட் மில்லிமான்' என்னும் மார்க்கெட்டிங் பேராசிரியர். ஃபாஸ்ட் டெம்போ இசை ஒலிபரப்பப்படும்போது வாடிக்கையாளர்கள் தங்களை அறியாமல் வேகமாக கடைக்குள் நடக்கிறார்களாம். இதனால் அவர்கள் வாங்கும் அளவு குறைகிறது என்கிறார்.

சூப்பர்மார்க்கெட்டில் பெண்கள் ஷாப்பிங் செய்யும்போது கடையில் 'அட்றட்றா நாக்க மூக்க நாக்க மூக்க' பாடலை இசைத்தால் அனைவரும் ஆடிக்கொண்டே வாங்குவார்களா என்பது தெரியாது. ஆனால் பாடலின் டெம்போ வேகமாக இருப்பதால் தங்களை அறியாமல் கடைக்குள் வேகமாக நடப்பார்களாம். அதனால் வாங்கும் பொருள்களின் அளவு குறைகிறதாம்.

அப்படிப் பாடல்கள் ஒலிபரப்பும்போது பெண்கள் நடந்திருப்பதால் தானே சொல்கிறார்கள். நம்பிக்கை இல்லையெனில் உங்கள் கடையில் அது போன்ற ஃபார்ஸ்ட் டெம்போ இசையை ஒலிபரப்பிப் பாருங்கள். வாடிக்கையாளர்கள் வேகமாக நடந்து கடையில் அதிகம் வாங்காமல் வெளியேறுவதை நீங்கள் கண்டு தரிசியுங்கள். பிறகு திருந்தி தெளிவும் பெறுங்கள்!

அதுவே ஸ்லோ டெம்போ இசையை ஒலிபரப்பும்போது வாடிக்கையாளர்கள் மீண்டும் தங்களை அறியாமலேயே ஸ்லோ இசைக்கேற்ப கடையில் மெதுவாக அன்ன நடை போட்டு நடப்பார்களாம். அப்படி ஸ்லோமோஷனில் நடப்பதால் அந்தக் கடையில் அதிகமாக பொருள்களும் வாங்குகிறார்களாம். இப்போது புரிகிறதா, பல சாமர்த்தியமான சூப்பர்மார்க்கெட்டுகள் 'இசைஞானி இளையராஜா'வை ஏன் சதா சர்வ காலமும் தங்கள் கடையின் ஆஸ்தான இசையமைப்பாளராக நியமித்திருக்கின்றன என்று!

இப்படி நடக்கிறது என்பது ஓகே, எதனால் இப்படி நடக்கிறது? இதற்கு உளவியல் காரணங்கள் இருக்கின்றனவா?

பேஷாக. வாடிக்கையாளர் கடையில் செலவழிக்கும் நேரத்துக்கும் அவர் வாங்கும் அளவுக்கும் நெருங்கிய சம்பந்தம் உண்டு என்று ஏற்கெனவே பல ஆய்வுகள் நிரூபித்திருக்கின்றன. கடையில் அதிக நேரம் செலவழித்தால் வாடிக்கையாளர் அந்தக் கடையில் அதிகமாக வாங்குகிறார். குறைந்த நேரமே செலவழிக்கும் போது அங்கு அவர் வாங்கும் அளவு குறைகிறது என்று கண்டுபிடிக்கப்பட்டிருக்கிறது.

மெதுவான அமைதியான இசை வாடிக்கையாளர்களை, கடைக்குள் தங்களையும் அறியாமல் இசைக்கேற்ப மெதுவாக நடக்க வைக்கிறது. அதனால் அவர்களால் கடையில் வைக்கப்பட்டிருக்கும் ஒவ்வொரு பொருளையும் நின்று நிதானமாகப் பார்க்க முடிகிறது. அப்படிப் பல பொருள்களைப் பார்த்து படித்து புரிந்துகொள்வதால் பலவற்றை வாங்கவும் தூண்டுகிறது. அதனால் அவர்களால் வாங்கவும் முடிகிறது. அதுவே 'அப்படி போடு போடு போடு' என்று ஃபாஸ்ட் டெம்போ இசையைப் போட்டால் வாடிக்கையாளர்கள் வேகமாக கடைக்குள் நடந்து இந்த ஸ்பீடில் நடக்கும்போது பொருள்களைக் கூடைக்குள் 'எப்படிப் போடறது போடறது போடறது' என்று பாடிக்கொண்டே கடையிலிருந்து வெளியேறுகின்றனர்!

அப்படி என்ன அதிகமாக வாங்கிவிடப் போகிறார்கள் என்று இன்னமும் உங்கள் மனதில் ஒரு கேள்வி எழலாம். மில்லிமான் செய்த பல ஆய்வுகளில் கடைகள் வேகமான டெம்போ இசையை ஒலிபரப்பும் தினங்களைவிட அதே கடைகள் ஸ்லோ டெம்போ இசையை ஒலிபரப்பும் நாட்களில் விற்பனை 38% கூடுதலாக இருந்தனவாம். நீங்களும் இனி உங்கள் கடையில் 'அப்படிப் போடாமல்' 'ஸ்லோவாய் போடுங்கள்'!

இசையின் டெம்போ மட்டுமல்ல, எந்த வகை இசை ஒலிபரப்பப் படுகிறது என்பதும் முக்கியம் என்கிறார்கள் உளவியலாளர்கள். பொதுவாகவே பெரிய மனிதர்கள், பணக்காரர்கள் லோக்கல் சரக்கைவிட வைன்தான் அதிகம் குடிப்பார்கள். ஒயின் என்பதே பெரிய மனிதர்கள் குடிக்கும் சரக்கு எனப்படும். அப்படி வைன் விற்கும் கடைகளில் மேற்கத்திய க்ளாசிகல் இசை ஒலிபரப்பப்படும் போது விலையுர்ந்த வைன் அதிகம் விற்கிறது என்று கண்டு பிடித்திருக்கிறார்கள். ஆனால் அதே வைன் கடைகளில் லோக்கல் ஆங்கில இசையை ஒலிபரப்பும்போது வைன் விற்பனை கணிசமாகக் குறைவதையும் கவனித்திருக்கிறார்கள்.

நம்மூரில் வைன் விற்கும் கடைகள் இல்லை என்றால் என்ன? இந்த உளவியல் உண்மையை மற்ற கடைகளில் பயன்படுத்த முடியுமா என்று பார்க்கலாமே. உதாரணத்துக்கு, வைரம், ப்ளாட்டினம் போன்ற விலையுர்ந்த ஐட்டங்களை விற்கும் நகைக் கடைகள் க்ளாசிகல் இசையைப் பயன்படுத்தி அதனால் வாடிக்கையாளர்கள் மனதைக் கவர்ந்து அதிகம் வாங்க வைக்க முடிகிறதா என்று சோதித்துப் பார்க்கலாமே. பத்து நாள் இவ்வகை க்ளாசிகல் இசையை ஒலிபரப்புங்கள். அடுத்த பத்து நாள் வேறு வகை இசையை ஒலிபரப்பி விற்பனை அளவில் வித்தியாசம் இருக்கிறதா என்று நேரடியாகவே ஒப்பிட்டுப் பார்த்துவிடுங்களேன்.

வைன் கடை இசை ஆய்வுகளில் இன்னொரு சுவாரசியமான விஷயத்தையும் கவனித்தார்கள் ஆய்வாளர்கள். வைன் என்பது அவ்வளவு லேசுபட்ட விஷயமல்ல. அவற்றில் பலவிதம் உண்டு. ஒவ்வொரு வகை வைனுக்கும் தனி சுவை, தனி கலர் என்று தனித்துவம் உண்டு. ரெகுலராய் வைன் குடிப்பவர்களே எது சரி, எதை வாங்கவேண்டும் என்று குழம்புவார்கள். வைன் தேடிப் பார்த்து, தேர்ந்தெடுத்துக் குடிப்பது என்பதற்கு ஏகப்பட்ட அனுபவம் வேண்டும். இதில் கைதேர்ந்தவர்களை அழைத்துக்கொண்டு தான் வைன் வாங்கவே செல்லவேண்டும் என்று கூறுவார்கள். அதனாலேயே முன் அனுபவம் குறைவாய் உள்ளவர்கள் வைன் வாங்க வரும்போது சாஸ்திரத்துக்கு நான்கைந்து வைன் வகைகளைப் பார்த்துவிட்டு எதற்கு வம்பு என்று குறைவான விலை வைனை வாங்கி எல்லாம் தெரிந்தவர்போல் வீட்டுக்கு வீறு நடை போட்டு வைன் குடிக்கச் செல்வார்கள். ஆனால், ஆய்வுகளில் க்ளாசிகல் இசை ஒலிபரப்பப்பட்டபோது வைனைப் பற்றி அட்சரம்கூடத் தெரியாதவர்களும் விலை உயர்ந்த வைனைத் தேர்ந்தெடுத்தார்கள்.

ஏன், எதற்கு, எப்படி என்று புரிகிறதா?

மேற்கத்திய க்ளாசிகல் இசையைக் கேட்டுக்கொண்டே வைன் வகைகளைப் பார்க்கும் போது தங்களையும் அறியாமல் இது ஒரு பெரிய மனிதர்கள் ஷாப்பிங் செய்யும் கடை போலிருக்கிறது, பெரிய வகை வைன்கள்தான் இங்கு பிரபலம் போலிருக்கிறது என்று மனதில் நினைத்து அதிக விலை வைன் ப்ராண்டைத்தான் இங்கு வாங்க வேண்டும் என்று அதையே வாங்குகிறார்கள் என்கிறார்கள் ஆய்வாளர்கள்.

இசையின் வேகம் மட்டுமல்ல, கடைகளில் எப்பேர்ப்பட்ட இசை ஒலிபரப்பப்படுகிறது என்பதும் முக்கியம் என்பது தெளிவாகிறது. அது விற்பனையின் அளவை மட்டுமல்ல; அதிக விலை கொண்ட

ப்ரீமியம் பொருள்களை வாங்கவும் தூண்டுகிறது என்பதே ஆய்வுகள் நமக்குத் தெரிவிக்கும் பாடம்.

இசையின் தாக்கம் கடைகளில் மட்டுமே என்று நினைக்காதீர்கள். ரெஸ்டாரண்ட், பார் செல்பவர்களையும் பாதிக்கும் சக்தி இசைக்கு உண்டு என்று ஆய்வுகள் கூறுகின்றன. ஆற அமர ஆறு நாள் இருந்து சாப்பிடும் சௌகரியமுள்ள டைன் இன் ரெஸ்டாரெண்டுகளில் அமைதியான இசையைப் பின்னணியில் ஒலிபரப்பினால் பில் தொகை கூடும் என்று கண்டுபிடித்திருக்கிறார்கள்.

அப்படியென்றால் வருகிறவர்கள் அதிகம் தின்கிறார்களா?

இல்லை. சரக்கும் சேர்த்து விற்கும் ரெஸ்டாரண்டுகளில் தின்பதற்கு முன் கொஞ்சம் அதிகமாகவே குடித்துவிட்டு சாப்பிடத் தோன்று கிறதாம். அதன் பின் சிறிது வயிற்றுக்கும் ஈவதால் பில் வேல்யூ கூடுகிறதாம். அதுவும் பின்னணியில் அமைதியான இசையாய் இருந்துவிட்டால் இன்னமும் விசேஷம். விலை உயர்ந்த சீமை சரக்கை விரும்பி ஆர்டர் செய்து குடிப்பார்களாம்.

கடையில் இசை இல்லாவிட்டாலும் பரவாயில்லையாம். மயான அமைதியாய் இருந்தால் வாடிக்கையாளர் வாங்குவது வெகுவாகக் குறைகிறது என்றும் கண்டுபிடித்திருக்கிறார்கள்.

சில கடைகளில் சகட்டுமேனிக்கு கண்ணாடி வைத்து அடைத்து கேப் விடாமல் மூடி வெளி சத்தம் லவலேசம் உள்ளே வராத வண்ணம் செய்திருப்பதைப் பார்த்திருப்பீர்கள். அந்தக் கடைகளில் இசையும் இல்லாமல் செய்து போதாக்குறைக்கு விளக்கையும் மங்கலாக வைத்துத் தொலைத்தால் வந்தவர்கள் பேய்பங்களா ரேஞ்சுக்கு பயப்படாவிட்டாலும் அசௌகரியமாக உணர்ந்து எதுவும் வாங்காமல் இடத்தை விட்டுக் கிளம்பினால் போதும் என்று சென்றுவிடுகிறார்களாம்.

அது போன்ற நேரங்களில் இசை கூட வேண்டாம், மெல்லிய சத்தம் இருந்தால்கூடப் போதுமாம். மக்கள் சாஃப்ட்டாய் பேசும் சத்தத்தை ஒலிபரப்பினால்கூட கடைக்கு வந்தவர்களுக்கு கொஞ்சத்துக்கு கொஞ்சம் குதூகலமாக இருக்குமாம். பொருள் வாங்கத் தோன்றுமாம். இங்கிலாந்தில் சில உயர் ரக பொருள்கள் விற்கும் கடைகளில் மெல்லிய பறவை சிணுங்கல் சத்தத்தை ஒலிபரப்பி விற்பனை உயர்வதைக் கண்டிருக்கிறார்கள்.

'அகூஸ்டிக் சொசைட்டி ஆஃப் அமெரிக்கா' என்ற அமைப்பு இதையெல்லாம்விட ஒரு படி மேலே சென்று ஆராய்ச்சி செய்து

ஆச்சரியமளிக்கும் உண்மைகளைக் கூறியிருக்கிறது. ப்ரீமியம் கடைகளில் இயற்கைச் சத்தங்களைத் தவழவிட்டால் வரும் வாடிக்கையாளர்களின் மனம் அவர்களையும் அறியாமல் அமைதியாகி நிம்மதியாக ஷாப்பிங் செய்கிறார்களாம். கொஞ்சம் அதிகமாகக்கூட வாங்குவதாக கேள்வி. ஒன்றும் பெரியதாக இல்லை. அலையின் ஓசை, நதியின் சலசலப்பு, பறவைகளின் சிணுங்கல்கள் போன்றவை போதுமாம். கல்லா ஃபுல்லாகுமாம்!

இதையெல்லாம் சொல்லும்போது இன்னொரு முக்கியமான விஷயத்தையும் ஞாபகமாகச் சொல்லிவிடுகிறேன். கடையில் இசை இருந்தால் நல்லதே. கடையில் கொஞ்சம் சத்தம் இருந்தாலும் நல்லதே. அதற்காகக் காட்டு இரைச்சலுடன் இருக்கும் கடையில் அதற்கு மேல் பாட்டையும் சேர்த்து அலறவிடாதீர்கள். கடை ஒரே களேபரமாகி வாடிக்கையாளர்கள் விட்டால் போதும் என்று ஓடிவிடுவார்கள்.

□

11 சின்ன கடைகளுக்கு பெரிய வால்மார்ட் கற்றுத் தரும் பாடம்

2014-ம் வருடம். அமெரிக்காவில் ஃப்ளோரிடா மாநிலத்தை ஒன்றன் பின் ஒன்றாக மாறி மாறி நான்கு புயல்கள் தாக்கின. நாம் தான் ஏதோ பர்த் சர்டிஃபிகேட் வாங்கி ஸ்கூலில் சேர்க்க வேண்டும் என்பதுபோல் சூறாவளிகளுக்கெல்லாம்கூட பெயர் வைப்பவர்களாயிற்றே. நான்கு சூறாவளிகளுக்கு முறையே சார்லி, ஃப்ரான்செஸ், ஐவன், ஜீன் என்று நாமகரணம் சூட்டப்பட அவையும் பெயர் வைத்த குஷியில் ஃப்ளோரிடாவைத் துவைத்துக் காயப் போட்டு இஸ்த்ரி செய்து பீரோவில் மடித்து வைத்து விட்டுச் சென்றன!

முதல் சூறாவளி வந்து சென்ற ஒரு சில வாரங்களில் இரண்டாவது சூறாவளியான ஃப்ரான்செஸ் ஃப்ளோரிடாவை நோக்கி நகர்ந்து வரும் செய்தி தெரிந்ததுதான் தாமதம். மக்கள் தங்கள் இஷ்ட தெய்வங்களை வேண்டிக்கொண்டு கதவை இழுத்து மூடி வீட்டுக்குள் முடங்கினர். வரும் சூறாவளி மூடிய கதவைப் பார்த்து வீட்டில் யாரும் இல்லை போலிருக்கிறது என்று அடுத்த வீட்டுக்கு போய் விடும் என்று நினைத்தார்கள்போல!

அதே சமயம் 1,222 மைல்கள் தள்ளி ஆர்கன்ஸா மாநிலத்தில் பெண்டன்வில் என்ற சிறிய ஊரிலுள்ள

ஒரு பெரிய கம்பெனியின் மார்க்கெட்டிங் டீம் சுறுசுறுப்படைந்தது. தங்களுடைய புதிய மார்க்கெட்டிங் டெக்னிக்கைப் பயன்படுத்த சரியான நேரம் இது என்று முடிவு செய்தது. விற்பனை டேட்டாவை அலசி ஆராயும் அவர்கள் டெக்னிக்கின் பெயர் 'முன்னறிவிக்கும் தொழில்நுட்பம்' (Predictive Technology). அந்த கம்பெனியின் பெயர் 'வால்மார்ட்'!

முதலில் தாக்கிய சார்லி சூறாவளியின்போது ஃப்ளோரிடாவில் உள்ள வால்மார்ட் கடைகளில் எவை அதிகம் விற்றது என்ற டேட்டா பெறப்பட்டது. இதையே உங்களை கேட்டால் என்ன சொல்வீர்கள்?

என்ன பெரியதாக விற்றிருக்கும்... பிரெட், குடை, ஹீட்டர், ரெயின்கோட், டார்ச்லைட் போன்ற சாமான்கள் அதிகம் விற்றிருக்கும் என்று தானே நினைப்பீர்கள். விற்பனை டேட்டாவை ஆய்வு செய்தபோது 'ஸ்ட்ராபரி பாப்-டார்ட்ஸ்' என்கிற ஒருவித தின்பண்டம் வழக்கத்தைவிட ஏழு மடங்கு அதிகம் விற்றது தெரிய வந்தது.

அடுத்து அதிகமாக என்ன விற்றிருக்கும் என்று நினைக்கிறீர்கள்?

பீர்! இந்த இரண்டையும் உங்களால் யூகித்திருக்க முடியுமா?

நம் யூகங்கள் தவறாகலாம். ஆனால் டேட்டா பொய் சொல்லாது. சூறாவளி கடக்கும்வரை வீட்டில் தேமே என்று டீவி பார்த்துக் கொண்டு தான் உட்காரவேண்டும் என்று அம்மாக்கள் ஸ்ட்ராபரி பாப்-டார்ட்ஸ் வாங்கி அடுக்க, அப்பாக்கள் ஃப்ரிட்ஜ் முழுவதும் பீர் பாட்டிலை வாங்கி அடுக்கியிருந்தார்கள்.

டேட்டா மூலம் பெற்ற நுண்ணறிவின்படி ஃப்ளோரிடாவிலுள்ள அனைத்து வால்மார்ட் கடைகளுக்கும் லாரி லாரியாக அந்த பொருட்கள் அதிகமாக அனுப்பிவைக்கப்பட சூறாவளியை மிஞ்சும் ஸ்பீடில் மக்கள் மீண்டும் அவற்றை வாங்கித் தீர்த்தனர்!

பல கடைகள் தங்கள் விற்பனையை அலசி வாடிக்கையாளர்களின் நடவடிக்கைகளை ஆராய்ந்துதான் மார்க்கெட்டிங் உத்திகளை வடிவமைக்கின்றனர். ஆனால் தகவல் சேகரிப்பில், டேட்டா பெறுவதில் வால்மார்ட்டை மிஞ்ச பூலோகத்தில் வேறு கம்பெனி இல்லை. தங்கள் கடையில் விற்பனையாகும் பொருட்களின் விற்பனை அளவு முதல் வாடிக்கையாளர்களின் பழக்க வழக்கம் வரை வால்மார்ட் அறிந்துகொள்வதுபோல் வேறெந்த கம்பெனியும் அறிய முயல்வதில்லை. அப்படி அறிந்துகொள்ளத் தேவையான உள்கட்டமைப்பை அமைத்துக்கொள்வதும் இல்லை. அமெரிக்காவில்

மட்டும் சுமார் 3,600 வால்மார் கடைகள். அங்கு வாரம் வந்து பொருள் வாங்குவோர் எண்ணிக்கை 100 மில்லியன். வருடத்துக்கு இல்லை சார், வாரம்தோறும் வருவோர் எண்ணிக்கையைச் சொல்கிறேன்!

ஒரு மாதத்தில் ஏறக்குறைய மொத்த அமெரிக்காவும் வால்மார்ட்டுக்கு ஒரு முறை வந்து வாங்கிச் செல்கிறது. வருவோர் எண்ணிக்கை முதல் அவர்கள் வாங்கும் பொருட்கள், வாங்கும் அளவு முதலியன கலர் வாரியாக, சைஸ் வாரியாக டேட்டா பெறப்பட்டு கடை வாரியாக, ஊர் வாரியாக, மாநிலம் வாரியாக அட்டவணைப் படுத்தப்பட்டு ஆழமாக ஆய்வு செய்யப்படுகிறது. அமெரிக்க வாசிகளைப் பற்றி வால்மார்ட் அறிந்திருப்பதுபோல் அதன் அரசாங்கம், மீடியாகூட அறிந்து வைத்திருக்கமாட்டார்கள்!

வாடிக்கையாளர் டேட்டாதான் வால்மார்ட்டின் வேதவாக்கு. இன்று நேற்றல்ல, அவர்கள் ஆரம்பித்த நாள் முதல் டேட்டாவைத்தான் குலதெய்வமாகக் கும்பிட்டு வருகின்றனர். மற்ற கடைகள் எல்லாம் நினைத்துப் பார்ப்பதற்கு முன்பே பார் கோட், இன்டர்னெட்டின் முன்னோடியான மின்னணு தகவல் பரிமாற்றம், ட்ரான்ஸ்மிட்டர்கள் என்று அதிநவீன தொழிற்நுட்பங்களை வாங்குவதில் வால்மார்ட் ஒரு ட்ரெண்ட்செட்டர். அந்தக் காலத்திலேயே அதற்கெல்லாம் அவர்கள் செலழித்த தொகை சுமார் நான்கு பில்லியன் டாலர்கள். இத்தனை ஏன், வால்மார்ட் பெண்டன்வில் தலைமையகத்தில் இருக்கும் டெராடேட்டா மெயின்ஃப்ரேம் கம்ப்யூட்டர்களில் சேகரித்து வைத்திருக்கும் டேட்டாவின் அளவு 460 டெராபைட்ஸாம். இது எத்தனை இருக்கும் என்றுதானே கேட்கிறீர்கள். இண்டர்னெட்டில் இருக்கும் எல்லா டேட்டாவையும்விட இரண்டு மடங்குக்கு மேல்!

மற்ற கடைகள் எல்லாம் ‘என்ன நடக்கப் போகிறது என்று காத்திருந்து செயல்படுவோம்’ என்று தொழில் செய்ய வால்மார்ட் மட்டுமே ‘என்ன நடக்கும் என்பதை முன்கூட்டியே அனுமானித்து அதற்கு ரெடியாய் இருப்போம்’ என்று தன்னைத் தயார்படுத்திக்கொண்டு அதற்கேற்பத் தொழில் செய்கிறது.

செக் அவுட் ஏரியா ஸ்கேன்னர் மூலம் பெறப்படும் பொருட்கள் மற்றும் வாடிக்கையாளர்கள் பற்றிய தகவல் முதல் கையில் வைத்து இயக்கப்படும் வயர்லெஸ் கருவிகள் மூலம் பெறப்படும் இன்வென்ட்ரி டேட்டா வரை அனைத்து தகவல்களும் போர்க்கால அடிப்படையில் சேகரிக்கப்பட்டு போரடிக்காத வகையில் அலசப் பட்டு அவை அனைத்தும் காலகாலத்துக்குப் பாதுகாக்கவும் படுகின்றன. கடையில் எந்த நேரத்தில் எத்தனை கேஷியர்கள்

தேவைப்படும் என்பதைக்கூடத் துல்லியமாகத் தெரிந்து வைத்திருக்கிறது வால்மார்ட்!

இத்தனை கட்டமைப்பை, கம்ப்யூட்டர்களை, சாஃப்ட்வேரை எங்கிருந்து எப்படி வாங்கினார்கள் வால்மார்ட்?

அவர்கள் எங்கே வாங்கினார்கள், கட்டமைப்பின் பெரும்பகுதியைத் தங்கள் ஊழியர்களைக் கொண்டே வடிவமைத்து தாங்களே தயாரித்து நிர்மாணித்தார்கள். ஏன்? அப்போது தானே தனக்கு அசுர பலம் தரும் தகவல் கட்டமைப்பின் ரகசியத்தை மற்றவர்களுக்குத் தெரியாமல் பாதுகாக்க முடியும்!

வால்மார்ட்டுக்கு கம்ப்யூட்டர் பகுதிகளை சப்ளை செய்த தயாரிப்பாளர்கள் முதல் கட்டமைப்பை நிர்மாணித்து நிர்வகிக்கும் ஊழியர்கள் வரை அது செயல்படும் விதங்களையும் ரகசியங்களையும் வெளியில் கூறமுடியாதபடி 'வெளிப்படுத்தாமை ஒப்பந்தம்' மூலம் கட்டுப்படுத்துகிறார்கள். தெரியாத்தனமாகத் தண்ணியடித்து எதையாவது யாராவது உளறிவிட்டால் மனிதர் தொலைந்தார். ஃப்ளோரிடா புயலே தேவலை என்பதுபோல் சாத்து சாத்து என்று சாத்தப்படுவார்!

ஒவ்வொரு சிறிய தகவலும் வால்மார்ட்டுக்குப் பொக்கிஷம் போல. பெறப்படும் தகவலின் அடிப்படையிலேயே ஒவ்வொரு சனிக் கிழமையும் சேல்ஸ் மீட்டிங் நடத்தப்படுகிறது. அலசி ஆராயப்படும் தகவல் உலகெங்கும் உள்ள ஒவ்வொரு வால்மார்ட் கிளைக்கும் அனுப்பப்படுகிறது.

நவீன உலகமே டேட்டாவின் உதவியோடு இயங்குகிறது. டேட்டாவின் உதவியோடு முக்கிய முடிவெடுத்தால் மட்டுமே சரியான திசையில் பயணிக்க முடியும். கடைகள் முதல் கம்பெனிகள் வரை வாடிக்கையாளர்களை முழுவதுமாகப் புரிந்துகொண்டு அவர்கள் தேவைகளை, ஆசைகளை, பயங்களை அவர்கள் அறிந்து கொண்டதைவிடப் புரிந்துகொண்டால் மட்டுமே பிழைக்கவே முடியும். இதை முழுவதும் உணர்ந்து செழுமையாகச் செயல் படுத்துகிறது வால்மார்ட்.

'வால்மார்ட்டால் முடியும். நான் ஆஃப்டர் ஆல் வால் சைஸில் கடை வைத்திருப்பவன். வால்மார்ட் செய்வதுபோல் என்னைச் செய்யச் சொல்கிறாயே. என் கடைக்குத் தேவையா இதெல்லாம்' என்று கேட்க தோன்றினால் உங்களுக்கு வால்மார்ட் பிறந்த கதையைச் சொல்வது அவசியமாகிறது.

வால்மார்ட் ஆரம்பிக்கப்பட்டது பெண்டன்வில் அருகில் உள்ள ராஜர்ஸ் என்ற சின்ன ஊரில். அதன் ஜனத்தொகை 66,000 மட்டுமே. பிறந்த வருடம் 1962. அப்போது என்ன வியாபாரம் இருந்திருக்கும் என்று நினைத்துப் பாருங்கள். ஆம்பூர், கோவில்பட்டி, நாகப்பட்டினம் போன்ற இடங்களைவிடச் சிறிய ஊரில் கடை திறந்து, தகவல் சேகரிப்பில் புரட்சி செய்து, வாடிக்கையாளர்களைத் தெளிவாகப் புரிந்துகொண்டு, அதற்கேற்ப பொருள் விற்று, படிப்படியாக முன்னேறி, கடல் கடந்து அசுர வளர்ச்சியடைந்து இன்று உலகின் நம்பர் ஒன் கம்பெனியாகத் திகழ்கிறது வால்மார்ட்.

நான் சிறிய ஊர், என்னுடையது சின்ன கடை, எனக்கெதற்கு டேட்டா ஆய்வு, என்னால் இதையெல்லாம் செய்யமுடியுமா, இப்படி எல்லாம் வளரமுடியுமா என்று இன்னமும் அசால்ட்டாய் இருந்தால் உங்களை அடித்துக்கொண்டு செல்ல அடுத்த சூறாவளி ஆறு கிலோமீட்டர் தொலைவில் மையம் கொண்டிருக்கிறது; மார்க்கெட் துறைமுகத்தில் அபாய எச்சரிக்கை எண் ஏழு ஏற்றப்பட்டுவிட்டது என்பதை உணர்க!

□

ப்ரமோஷன் சைக்காலஜி

ப்ரமோஷன் என்பது ப்ராண்ட் பற்றிய
செய்தியை வாடிக்கையாளர்களுக்குக்
கொண்டு சென்று சேர்க்க உதவும் கருவிகள்
மற்றும் காரணிகள். உடனேயே
விளம்பரம் தானே என்று கூறாதீர்கள்.
ப்ராண்ட் பற்றிய செய்தியை
வாடிக்கையாளருக்குக் கொண்டு சேர்க்கும்
எல்லா விஷயங்களுமே ப்ரமோஷன்தான்.

விளம்பரம், நேரடி விற்பனை,
டைரக்ட் மார்க்கெட்டிங், பொதுஜனத் தொடர்பு,
பப்ளிசிட்டி, விற்பனை மேம்பாடு,
ஸ்பான்சர்ஷிப், அவுட்டோர் மீடியா,
ஆம்பியண்ட் மீடியா, இன்ன பிற...

12 கொஞ்சம் வாய்மை நிறைய வெல்லும்

அமெரிக்காவில் 'ஏவிஸ்' என்ற கம்பெனி. கார்களை வாடகைக்கு விடும் கம்பெனி. தங்கள் பொருள் பிரிவில் இரண்டாவது இடத்தில் இருந்த கம்பெனி. என்ன முயன்றும் அவர்களால் முதல் இடத்தைப் பிடிக்க முடியவில்லை. முதல் இடத்தில் சக்கைபோடு போட்டுக்கொண்டிருந்தது 'ஹெர்ட்ஸ்' என்ற கம்பெனி. எத்தைத் தின்றால் பித்தம் தெளிந்து முதல் இடத்தைப் பெறுவது என்று சிந்தித்துக் கொண்டிருந்தது 'ஏவிஸ்'.

நீங்களும் நானும் அந்த இடத்தில் இருந்தால் என்ன செய்திருப்போம்?

'நாங்கள் இப்படியாக்கும், எங்கள் ப்ராண்ட் இதுவாக்கும், அதுவாக்கும், எங்கள் முன் ஹெர்ட்ஸ் ஒரு தூசு. அதை ஓட்டுபவன் லூசு' என்றெல்லாம் கூவியிருப்போம். அதுவும் போறாதென்று நாங்கள் தான் உண்மையில் நம்பர் ஒன்' என்று வாய் கூசாமல் ஒரே போடாய் போட்டிருப்போம்.

இதில் எதையும் சொல்லவில்லை ஏவிஸ். அமெரிக்காவே வியக்கும் வண்ணம் ஒரு விளம்பரம் செய்தது. 'நாங்கள் நம்பர் டூ தான்' என்று விளம்பரத்தில் தலைப்பாக்கி ஒப்புக்கொண்டது.

அதன் கீழே தொடர்ந்து 'அதனால்தான் நாங்கள் இன்னும் கடினமாக முயற்சி செய்கிறோம்' என்றது.

புரிகிறதா? நாங்கள் இரண்டாவது இடத்தில்தான் இருக்கிறோம். அதனால்தான் கடினமாக உழைக்க முயற்சி செய்கிறோம், முதல் இடத்தைப் பெற' என்ற தொனியில் அமைந்திருந்தது அதன் விளம்பரம். அறுபதுகளில் வெளி வந்த இந்த விளம்பரம் இன்றும் அமெரிக்காவில் பேசப்படுகிறது. போற்றப்படுகிறது!

ஏன்?

இப்படி விளம்பரம் செய்து வெற்றி பெற்றதற்கா? உண்மையை உள்ளபடி சொன்ன தைரியத்துக்கா? வித்தியாசமாய் விளம்பர வாக்கியம் கூறியதற்கா?

தன் குறையை மறைக்காமல் பகிரங்கமாய் அனைவரிடமும் கூறியதற்கு. அதனால் வாடிக்கையாளர்களின் மனதைக் கவர்ந்ததற்கு. தேவலையே, இக்காலத்திலும் ஒளிவு மறைவில்லாமல் ஒரு கம்பெனி பேசுகிறதே என்று அனைவரின் கவனத்தையும் ஈர்த்ததற்கு!

ப்ராண்டில் ஏதேனும் குறையோ, குற்றமோ இருந்தால் அதை மறைக்காமல் ஒரு கம்பெனி விளம்பரப்படுத்தும்போது அந்த கம்பெனி ஒரு நாணயமான கம்பெனி, அதனிடமிருந்து நம்பி ப்ராண்டை வாங்கலாம் என்று வாடிக்கையாளர்கள் நம்புகின்றனர். தன் குறையைக் கூறி விட்டு அதன் பின் தன்னிடமுள்ள நிறைகளை விளக்கும்போது அதை உள்ளபடியே வாடிக்கையாளர்கள் உண்மையாகத்தான் இருக்கும் என்று முடிவே செய்துவிடுகின்றனர்.

'நம்மிடம் உள்ள சின்ன தவறுகளை ஒத்துக்கொள்வதற்கு காரணம் நம்மிடம் பெரிய குறைகள் இல்லை என்று மற்றவரை நம்ப வைக்க' என்றார் பதினேழாம் நூற்றாண்டில் வாழ்ந்த ஃப்ரான்சிஸ் என்ற ஃப்ரெஞ்சு நாவலாசிரியர். வாழ்க்கையில் பயன்படும் இந்த உத்தி விளம்பரத்திலும் பயன்படுவதைக் கவனியுங்கள்.

ப்ராண்டுக்கு ஏதேனும் சின்ன குறை இருந்தால் அதை ஒத்துக் கொண்டு பெரிய நிறையைக் கூறினால் மக்கள் மயங்குவார்கள் என்பது வாத்ஸவம்தான். அதற்காக ப்ராண்டுக்குப் பெரிய குறை இருந்து 'உண்மையைச் சொல்கிறேன் பேர்வழி' என்று அதை அப்பட்டமாக ஒத்துக்கொண்டால் 'உண்மையைச் சொன்னதற்கு நன்றி, தேங்க்ஸ், பட் உங்கள் ப்ராண்ட் வேணடாம், நோ தேங்ஸ்' என்று ஒதுக்கிவிடுவார்கள்.

'எங்கள் கார் சூப்பரான மாடல் தான், ஆனால் சமயத்தில் கொஞ்சம் ப்ரேக் பிடிக்காது, அவ்வளவே. அதனால் என்ன, எங்கேயாவது

இடித்தால் உடனேயே நின்றுவிடும். மற்றபடி எங்கள் காரில் பயனித்தால் சொர்க்கம் காரண்டி' என்று ஏதாவது கார் விளம்பரம் உண்மையை ஒப்புக்கொண்டால் என்ன ஆகும்?

அதான், அவர்களே சொல்லிவிட்டார்களே சொர்க்கம் காரண்டி என்று ஒரு பயலும் அந்த கார் இருக்கும் திசைகூடத் திரும்பமாட்டார்!

இந்த டெக்னிக்கை விளம்பரத்தில் மட்டுமல்ல, வியாபாரத்தில் பலவித வழிகளில் பயன்படுத்தலாம். உதாரணத்துக்கு, 'ஜாய்' என்று உலக பிரசித்தி பெற்ற பர்ஃப்யூம் ஒன்று உண்டு. விலை ஏகத்துக்கும் அதிகம். ஆனால் நறுமணம் அதைவிடத் தூக்கும். பெரிய மனிதர்கள் மட்டுமே வாங்க முடிந்த ப்ராண்ட் என்பதாலும், இதை வாங்குபவர்கள் தங்களைப் பெரிய மனிதர்கள் என்று உலகுக்குக் காட்ட உதவுவதாலும் இந்த ப்ராண்டின் பேஸ்லைன், அதாவது பன்ச் டைலாக், என்ன தெரியுமா?

'உலகிலேயே விலை அதிகமான ஃபர்ஃப்யூம்.'

தன் அதிக விலையை பெருந்தன்மையாக ஒத்துக்கொள்வது போல் ஒத்துக்கொண்டு தன் பிரதாபத்தை பறைசாற்றி விற்பனையைக் கூட்ட செய்யும் இந்த ப்ராண்டின் சாமர்த்தியத்தை என்னவென்று சொல்வது.

சரி, ப்ராண்டின் எந்த குறையைக் குறிப்பிட்டு சொல்வது? எந்த நிறைகளைக் கோடிட்டுக் காட்டுவது?

அதையும் ஆய்வு செய்து கண்டுபிடித்துக் கூறியிருக்கிறார்கள் உளவியலாளர்கள். அப்படி ஒரு ஆய்வைத் தன் சகாக்களுடன் மேற்கொண்டார் 'ஜெர்ட் பானர்'. குறைகளையும் நிறைகளையும் எவ்வாறு சேர்த்துக் கூறினால் விளம்பரங்கள் வாடிக்கையாளர்களை வாங்கத் தூண்டும் என்று ஆய்வு செய்து தன் முடிவுகளை 'Journal of Consumer Psychology'-இல் 'When small means comfortable' என்ற கட்டுரையில் விரிவாக விளக்கியுள்ளார்.

ஆய்வு ரொம்ப சிம்பிள். ஒரு ரெஸ்டாரண்டுக்கு மூன்று விதமான விளம்பரங்களைத் தயரித்தார் பானர். முதல் விளம்பரம் ரெஸ்டாரண்டின் நிறைகளை மட்டுமே கூறியது. ரெஸ்டாரண்ட் வசதியானது, அமர்ந்து சாப்பிட அமர்க்களமானது என்றது.

இரண்டாவது விளம்பரம் இதே நிறைகளைக் கூறியதோடு இந்தக் குறைகளுக்கு சம்பந்தமே இல்லாத சில குறைகளையும் சுட்டிக் காட்டியது. இந்த ரெஸ்டாரண்டில் பெரிய பார்க்கிங் வசதி இல்லை என்றது.

மூன்றாவது விளம்பரம் ரெஸ்டாரண்டின் சில குறைகளைக் கூறி அதற்கு இணையாகச் சில நிறைகளைக் கூறியது. ரெஸ்டாரண்ட் சின்னதாக இருந்தாலும் அமர்ந்து சாப்பிட அடக்கமானது, அழகானது, தூய்மையாக இருக்கும் என்றது.

மூன்று விளம்பரங்களும் ஆய்வில் வெவ்வேறு பிரிவினரிடம் காட்டப்பட்டது. முதல் விளம்பரத்தைவிடப் பலர் இரண்டாவது விளம்பரத்தை விரும்புவதாகக் கூறினர். ஆனால் பெரும் பாலானவர்கள் மூன்றாவது விளம்பரத்தைத் தான் பெரிதும் விரும்புவதாகக் கூறி அந்த ரெஸ்டாரண்டில் சென்று சாப்பிடத்தான் அதிகம் ஆர்வம் இருப்பதாக பதிலளித்தனர்.

நிறைகளோடு குறைகளை ஒப்புக்கொள்ளும்போது மக்களுக்கு அந்த ப்ராண்டின் நம்பகத்தன்மை அதிகரிக்கிறது என்பது இந்த ஆய்வில் மீண்டும் தெளிவாக்கப்பட்டது. ஆனால் அதைவிட முக்கியமாக குறைகளோடு அந்தக் குறைகளுக்கு ஒத்த நிறைகளைக் குறிப்பிடும் போது நம்பகத்தன்மை அதிகரிப்பதோடு மக்களுக்கு அந்த நிறைகள் கண்டிப்பாய் உண்மையாகத்தான் இருக்கும் என்று அபரிமிதமாக ப்ராண்டை ஆதரிக்கவும் செய்கிறது.

இப்படியான ‘இரண்டு வகை’ விளம்பரங்கள் மக்களை வசப்படுத்த ப்ராண்டிங் நிறைகளுக்கும் அதை ஒத்த குறைகளுக்கும் தெளிவான கனெக்ஷன் இருக்கவேண்டும் என்கிறார் பானர்.

உங்கள் விளம்பரத்தை மக்கள் நம்பவேண்டுமென்றால் எவ்வாறான குறைகளை ஒப்புக்கொள்ளவேண்டும்; எந்தவகையான நிறைகளோடு சேர்த்துக் கூறவேண்டும் என்பதையெல்லாம் முதலில் தெளிவாகப் புரிந்துகொண்டு அதன் படி விளம்பரம் செய்வது உங்கள் ப்ராண்டுக்கு நல்லது.

*1984*ல் அமெரிக்க ஜனாதிபதி தேர்தல். அப்போது ஜனாதிபதியாக இருந்த ரிபப்ளிகன் கட்சியின் ‘ரோனால்ட் ரீகன்’ மீண்டும் போட்டியிடுகிறார். அவருக்கு அப்போதே சுமார் எழுபத்தி மூன்று வயது. அவரை எதிர்த்து போட்டியிடுகிறார் டெமாக்ரட் கட்சி வேட்பாளர் ‘வால்டர் மாண்டேல்’. ரீகனை விட மிகவும் இளையவர். வயதான ரீகனுக்கு ஒரு பெரிய நாட்டை ஆளும் ஆளுமை இருக்கிறதா, இளையவராய் இருப்பதால் மாண்டேலுக்கு ஆட்சிப் பொறுப்பு எளிதாக இருக்குமா என்று நாடே பரப்பரப்பாகப் பேசிக்கொண்டிருந்த தருணம்.

அமெரிக்க ஜனாதிபதி தேர்தலுக்கு முன் டீவியில் போட்டியிடும் இரண்டு வேட்பாளர்களும் நாட்டை எதிர்நோக்கும் பல

பிரச்னைகளைப் பற்றி, தங்கள் கொள்கைகள், செய்ய விரும்பும் செயல்களைப் பற்றி விவாதம் செய்வது அந்த நாட்டின் ஜனநாயக அமைப்பின் சிறப்பம்சம். விவாதம் துவங்கியது. ரீகன் தன் பேச்சை ஆரம்பிக்கும்போது 'இந்தத் தேர்தலில் நாம் வயதைப் பற்றிப் பேசப்போவதில்லை. வெறும் அரசியல் ஆதாயத்துக்காகவும் தேர்தல் லாபத்துக்காகவும் என் எதிராளியின் குறைந்த வயதையும் அனுபவமின்மையயும் நான் சுட்டிக்காட்ட விரும்பவில்லை' என்று ஒரே போடாய் போட்டார்.

என்ன ஆனது?

அமெரிக்கத் தேர்தல் சரித்திரத்திலேயே இல்லாத அளவுக்கு பெருவாரியான வாக்கு வித்தியாசத்தில் வெற்றி பெற்றார் ரீகன். அதிக வயது என்ற தன் குறையை அதோடு ஒத்த பழுத்த அனுபவம் என்ற நிறையோடு சேர்ந்து ஒப்புக்கொண்டதால் பெற்ற ராட்சஸ வெற்றி!

எந்த கம்பெனியாலும் எல்லா வகையிலும் சிறந்து விளங்கும் பொருள்களைத் தயாரிப்பது கடினம். தயாரிக்கப்படும் எல்லா பொருள்களிலும் ஒரு சிறு குறைகள் இருக்கத்தான் செய்யும். இருக்கவேண்டும். இருந்தே தீரும். எங்கள் ஐஸ் க்ரீமை மிக மிக சுவையானது என்று ஒரு கம்பெனி கூறலாம். அதிக சுவை இருந்தால் அதில் அதிக கலோரிகள் இருந்துதானே தீரும். அதேபோல் பொருளுக்கு நிறை இருப்பின் அதோடு சில குறைகள் இருந்தே தீரும். அது போன்ற நேரங்களில் குறைகளை மறைத்து விற்பதைவிட அந்தக் குறைகளைச் சொல்லிக் காட்டி அதோடு ஒத்த நிறைகளை பற்றி விளக்கும்போது வாடிக்கையாளர்களுக்கு விளம்பரம் மேல் நம்பகத்தன்மை அதிகரித்து அந்த ப்ராண்டை பிடித்துப் போய் வாங்கவும் தூண்டுகிறது.

விளம்பரங்கள் என்று மட்டுமல்ல, விற்பனையாளர்களும் இந்த டெக்னிக்கைப் பயன்படுத்தி அமோகமாக விற்கமுடியும். சென்னையைச் சேர்ந்த 'கோஃப்ரூகல்' என்ற கம்பெனி. கடைகள், ரெஸ்டாரண்டுகள், டிஸ்ட்ரிப்யூட்டர்களுக்கு பாஸ் (POS - Point of Sale) சாப்ஃட்வேர் விற்று சக்கைபோடும் கம்பெனி. இக்கம்பெனி விற்பனையாளர்கள் வாடிக்கையாளர்களிடம் தங்கள் சாப்ஃட்வேரை விற்கையில் அதன் பிரதாபங்களைக் கூறும்போது தங்கள் சாஃப்ட்வேருக்கு வாடிக்கையாளர் சேவைப் பிரிவு என்று தனியாக ஏதும் இல்லை என்று கூறத் தவறுவதில்லை. அதைக் கூறுவதோடு நிற்காமல் தங்கள் சாஃப்ட்வேர் அதிகத் திறன் கொண்டதாக இருப்பதோடு உபயோகிப்பதும் மிக எளியது. அதனால்

வாடிக்கையாளர் சேவைப் பிரிவைத் தொடர்புகொள்ளும் அவசியமே இருக்காது என்று கூறுகின்றனர். மற்ற போட்டியாளர்கள் வாடிக்கையாளர் சேவைப் பிரிவுக்கென்று ஒரு படையையே சம்பளம் கொடுத்து வைத்திருக்க கோஃப்ளுகல் அதற்கு பதில் தங்கள் சாஃப்ட்வேரை மேம்படுத்திக்கொண்டே இருக்கும் வண்ணம் ஆர் அண்ட் டி துறையில் அதிகமான எண்ணிக்கையில் ஆட்களை வைத்திருக்கிறோம் என்கிறார்கள்.

இதனாலேயே தங்கள் சாஃப்ட்வேர் போட்டியாளர்களை விட விலை கூடுதலாக இருக்கும். ஆனால் அதனாலேயே தங்கள் சாஃப்ட்வேர் மற்றதைவிட திறன் அதிகமானதாக விளங்குகிறது என்பதையும் விவரமாய் விளக்குகின்றனர்.

இதனால் வாடிக்கையாளர்கள் கோஃப்ளுகல் சாஃப்ட்வேரை வாங்குகிறார்களா?

க்யூவில் நிற்காத குறையாக வாங்குகிறார்கள். இந்தியாவில் மட்டுமல்ல, சுமார் அறுபது நாடுகளில்.

சின்னக் குறைகளைக் கூறி பெரிய நிறைகளை சூப்பராய் சுட்டிக்காட்டி கோஃப்ளுகல் சென்னையில் சைலண்டாகப் பிறந்து உலகெங்கும் வைலண்டாக வளர்ந்து வருகிறது. நீங்களும் உங்கள் தொழிலில் முயற்சி செய்துதான் பாருங்களேன்!

□

13 டைமிங்கா பேசினா சிரிப்பு, ரைமிங்கா பேசினா சிறப்பு

'எதுகை மோனையில் பேசினா கேனைக்கும் புரியும்' என்பது பழமொழி. ரைமிங்காய் பேசுவதில் ஒரு ஈர்ப்பு இருக்கவே செய்கிறது. ஊர் பெரியவர்கள் முதல் ஊரை அடித்து உலையில் போடும் அரசியல்வாதிகள் வரை ரைமிங்காய் பேசித் தான் மக்கள் மனதைக் கவர்கிறார்கள்.

ரைமிங்காய் பேசுவது பலருக்கும் டக்கென்று பிடித்துவிடுகிறது. சட்டென்று மனதில் பதிந்து விடுகிறது. 'உண்ணா சொத்து மண்ணா போகும்' என்று கூறும்போது அதில் எத்தனை வீரியம் பாருங்கள்.

'சிவன் சொத்து குல நாசம்' எனும்போது சிவன் கோவிலிலுள்ள மாங்காய் மரத்தில் ஏறி மாங்காய் பறித்துத் தின்னக்கூட ஒருவித பயம் வருவதை உணருங்கள்! 'தாயை போல் பிள்ளை, நூலை போல் சேலை' என்பதால்தானே 'விளையும் பயிர் முளையிலே தெரியும்' என்கிறார்கள். இதை நான் சொல்லப்போக நீங்கள் 'கெட்டிக்காரன் புளுகு எட்டு நாளில் தெரியும்' என்று ஏசுவீர்கள். 'அரண்டவன் கண்ணுக்கு இருண்டதெல்லாம் பேய்' என்று அதை ஒதுக்கி 'பேச்சைக் கொடுத்து ஏச்சை வாங்குவானேன்' என்று விட்டுவிடுகிறேன்!

இந்த ரைமிங் மேட்டர் தமிழ் மொழிக்கு மட்டும் உரித்தானது என்று நினைக்காதீர்கள். உலக மொழிகள் அனைத்திலும் இதே கதைதான். ரைமிங் அழகு, சரி, ஆனால் அவை உண்மையா சரியானதாகப் பார்க்கப்படுகிறதா?

இதை வீட்டில் அமர்ந்து யோசிப்பதைவிட வெளியில் சென்று ஆராய்ந்து பார்த்துவிடுவது என்று ஆய்வில் இறங்கினர் 'மேத்யூ மெக்லோன்' மற்றும் 'ஜெஸ்ஸிகா தோஃபைபக்ஷ்' என்னும் சமூக உளவியலாளர்கள். ரைமிங்கான வாக்கியங்களை அப்படி ரைமிங் ஆகாத வாக்கியங்களோடு ஒப்பிடும்போது எவை சரியானதாக, உண்மையானதாகப் பார்க்கப்படுகிறது என்று ஆய்வு மேற் கொண்டனர். ஆய்வு முடிவுகளை 'Psychological Science' என்ற ஜர்னலில் 'Rhyme as Reason in Aphorisms' என்ற கட்டுரையாக எழுதினர்.

ஆய்வு சிம்பிளானது. அதிகம் பிரபலமாகாத ஆனால் ரைமிங்கான அறுபது ஆங்கிலப் பழமொழிகளைத் தேர்ந்தெடுத்தனர். அதில் முப்பது பழமொழிகளை அதன் அர்த்தம் மாறாமல் ஆனால் ரைமிங்காக இல்லாதபடி மாற்றி எழுதினர்.

இது தெளிவாகப் புரிய தமிழ் பழமொழி ஒன்றை உதாரணமாக்கி விளக்குகிறேன். 'உப்புள்ள பண்டம் தொப்பையிலே உப்பில்லா பண்டம் குப்பையிலே' என்பது ரைமிங்கான பழமொழி அல்லவா. அதையே 'உப்புள்ள பொருள் விரும்பி உண்ணப்படுகிறது. உப்பில்லா பண்டம் விரும்பப்படுவதில்லை' என்று மாற்றி எழுதினர்.

ஆக, முப்பது ரைமிங்கான பழமொழிகள். மீதி முப்பது ரைமிங் இல்லாத சாதாரண வாக்கியங்கள். ஆனால் அனைத்தும் பழமொழிகள்தான் என்பதைக் கவனியுங்கள்.

ஆய்வில் கலந்துகொண்டவர்களிடம் அறுபது பழமொழிகளும் கூறப்பட்டு அதில் எந்தப் பழமொழிகள் சரியானதாக, உண்மை நிறைந்ததாகத் தோன்றுகிறது என்று கேட்கப்பட்டது. ரைமிங் ஆகாத பழமொழிகளை கட்டிலும் ரைமிங்காக இருந்த பழமொழிகள் 22% அதிகம் சரியானதாக, உண்மை நிறைந்ததாக அனைவரும் கூறினர். அதாவது ரைமிங்காக இருப்பதால் அவை சரியானதாக, உண்மையானதாக இருக்கும் என்ற நம்பிக்கையில்.

இதற்குக் காரணம் ரைமிங் பழமொழிகளின் Enhanced processing fluency என்றார்கள் ஆய்வாளர்கள். மனித மூளை புரிந்துகொள்ள ஈசியாக இருக்கிறதாம். நம் மூளை கொஞ்சம் சோம்பேறி.

முடிந்தவரை உழைக்காமல் இருக்கமுடியுமா என்று டபாய்க்கத்தான் பார்க்குமாம். அதிகம் வேலை தராத சமாசாரங்களைத்தான் விரும்புமாம்.

ஆய்வில் தரப்பட்ட ரைமிங்கான பழமொழிகள் ஈசியாக இருப்பதால் அதை ப்ராசஸ் செய்து புரிந்துகொள்வது மூளைக்கு எளிதாக இருக்கிறது. ரைமிங் இல்லாத பழமொழிகளை ப்ராசஸ் செய்து புரிந்துகொள்ள மெனக்கெட வேண்டியிருக்கிறது. அதனாலேயே ரைமிங்காக இருக்கும் பழமொழிகளை டக்கென்று புரிந்துகொண்டு அவை சரியானவை, உண்மையானவை என்று நம்புகிறோமாம்.

பழமொழிகள் மட்டுமல்ல, பொதுவகவே நாம் கேட்கும், பார்க்கும், படிக்கும் விஷயங்களை இப்படித்தான் ப்ராசஸ் செய்து புரிந்து கொள்கிறோம் என்கிறார்கள் ஆய்வாளர்கள்.

இந்த ஆய்வில் கலந்துகொண்டவர்களிடம் ஒரு பழமொழி ரைமிங்காக இருப்பதால் அது சரியானதாக, உண்மையானதாக இருக்கும் என்று நினைக்கிறீர்களா என்றும் கேட்கப்பட்டது. அதற்கு அனைவரும் 'சே சே, ரைமிங்காக இருப்பதற்கும் உண்மைக்கும் என்னய்யா சம்பந்தம், நான் அப்படியெல்லாம் பார்ப்பவன் கிடையாது' என்று சூடம் ஏற்றி சத்தியம் செய்யாத குறையாகக் கூறினர்.

நம் மூளை நமக்குள் இருந்தாலும் அது வேலை செய்யும் விதம் நமக்கே தெரிவதில்லை பாருங்கள்!

பழமொழிகளுக்கு ஓகே, இந்த ஆய்வு முடிவுகளை வைத்துக் கொண்டு வியாபாரத்தில் என்ன செய்வது என்றுதானே கேட்கிறீர்கள்? அதற்குத்தான் அடுத்தது வருகிறேன். ரைமிங்கான விஷயங்களை மனித மூளை டக்கென்று புரிந்துகொண்டு ஈசியாக ப்ராசஸ் செய்து அவை சரியானதாக, உண்மையானதாக இருக்கும் என்று நினைக்கிறதல்லவா. இதைக்கொண்டு மார்க்கெட்டிங்கில் சித்து விளையாட்டுகள் விளையாட முடியும்.

ப்ராண்டுக்குப் பெயர் சூட்டுவதிலிருந்து ஆரம்பிப்போம். ப்ராண்ட் பெயர் ரைமிங்காக இருக்கும்படி செய்யலாம். மார்க்கெட்டில் சக்கை போடும் ப்ராண்டுகள் பல ரைமிங்காக இருப்பதைக் கவனியுங்கள். 'க்ராக் ஜாக்', '7-Eleven', 'ஜான்சன் அண்டு ஜான்சன்', '50-50', 'கேக்ஸ் அண்ட் பேக்ஸ்', 'டேஸ்ட்டி ட்ரீட்ஸ்', 'You Tube'.

அடுத்த முறை நீங்கள் ஏதேனும் புதிய ப்ராண்ட் அறிமுகப்படுத்தும் போது இதுபோல் அதற்கு ரைமிங்காகப் பெயர் வைக்க முடியுமா என்று பாருங்களேன்!

இந்த உளவியல் உண்மை தெரிந்தோ தெரியாமலோ அந்தக் காலத்தில் டைரக்டர் விசு தன் படங்களுக்கு 'சம்சாரம் அது மின்சாரம்', 'பெண்மணி அவள் கண்மணி', 'காவலன் அவன் கோவலன்' என்று ரைமிங்காகப் பெயர் வைத்து வெற்றி பெற்றதைக் கவனியுங்கள்!

விசுவாவது பரவாயில்லை. பெயர் வைப்பதோடு நிறுத்திக் கொண்டார். டி. ராஜேந்தர் படம் முழுவதும் ரைமிங்காய் பேசுகிறேன் என்று 'தாஸு, நீ இன்னியோட க்ளோஸு', 'காளி, என் கையில நீ காலி' என்று துவங்கி அதை பட ஷூட்டிங் முதல் ப்ரஸ் மீட்டிங் வரை அரசியல் மேடை முதல் டீவி நிகழ்ச்சி வரை தொடர்ந்து பலர் பொறுமையைச் சோதித்து, சிலர் உயிரை எடுத்து கலர் சினிமா சரித்திரத்தில் தன்னைப் பதித்துக்கொண்டார்.

இதே ரைமிங் டெக்னிக் கொண்டு ப்ராண்ட் பேஸ்லைனையும் ரைமிங்காக எழுதலாம். விளம்பரங்களில் வரும் ப்ராண்ட் பன்ச் டைலாக்கைச் சொல்கிறேன். 'டிவிஎஸ் ஸ்டார்' தன் பைக்கை அறிமுக்கப்படுத்தியபோது பேஸ்லைனாக 'செயல் வீரர்களின் புயல் வாகனம்' என்று கூறி நம்மை ஓட்ட வைத்தது.

'காட்பரீஸ் டைரி மில்க்' சாக்லெட் 'ஸ்வீட் எடு, கொண்டாடு' என்று கூறி நம்மை வாங்கிச் சுவைக்க வைக்கிறது.

திருவாரூரில் 'மஹாராஜா' சில்க்ஸ் என்னும் ஜவுளிக் கடை 'கலர்களில் ராஜா. கலெக்ஷன்களில் மகாராஜா' என்று தன்னைப் பற்றி அழகாகக் கூறுகிறது.

இவை பரவாயில்லை. ரைமிங்காக அமைந்து நமக்கு புரியவும் செய்கிறது. ஆனால் 'இபாங் குபாங் ஜபாங்' என்று புரியாத பாஷையில் ரைமிங்காகக் கூறி மாதா மாதம் நம்மை மறக்காமல் வாங்கவைக்கும் 'ஹார்லிக்ஸ்' பேஸ்லைன் ரைமிங் மேட்டரில் பலே கில்லாடித்தனம் அல்லவா!

மிகவும் சாதாரணமாகத் தோன்றும் ரைமிங் விஷயம். இதில் தான் எத்தனை உளவியல் உண்மைகள். ஆராய்ந்தே கூறிவிட்ட பிறகும் இன்னமும்கூட இதையெல்லாம் நம்பமாட்டேன் என்று கூறுபவர்கள் இருக்கத்தான் செய்வார்கள். அவர்களை 'சாமி வரம் தந்தாலும் பூசாரி இடம் தரமாட்டான்' என்று விட்டுவிட வேண்டியதுதான். ஆனால் அப்படி நம்பாதவர்களை 'கழுதைக்கு தெரியுமா கற்பூர வாசனை' என்று யாராவது 'வாய் புளித்ததோ மாங்காய் புளித்ததோ' என்று சொல்வார்களோ என்ற கவலைதான் எனக்கு!

எது எப்படியோ, எதுகை மோனையில் பேசினா கேனைக்கும் புரியும் என்பதை நன்றாகப் புரிந்துகொள்ளுங்கள்.

இதை எங்கோ படித்தா மாதிரி இருக்குமே? கட்டுரை ஆரம்பத்தில் நான் எழுதியதுதான். என்னை வையமாட்டீர்கள் என்றால் ஒன்று சொல்கிறேன். இது போல் பழமொழியே கிடையாது. நானாக சும்மா எழுதினேன். மோனை, கேனை என்று ரைமிங்காக இருந்ததால் அது பழமொழியாகத்தான் இருக்கும், சரியாகத்தான் இருக்கும் என்று உங்களை நம்ப வைக்க. நீங்களும் அந்த நேரம் நம்பினீர்களா இல்லையா!

அதனால் தான் சொல்கிறேன்: ‘டைமிங்கா பேசினா சிரிப்பு, ரைமிங்கா பேசினா சிறப்பு’!

□

14 ப்ராண்டை சூப்பர் ஹிட்டாக்க ஸ்க்ரிப்டை உடையுங்கள்

ரமேஷ் காபி ஆர்டர் செய்தான்.

காபி ஆறியிருந்தது.

அவன் டிப்ஸ் வைக்கவில்லை.

இக்காட்சி ஹோட்டலில் நடக்கிறது என்பது உங்களுக்குப் புரிந்திருக்கும். டேபிள், சேர் எல்லாம் கூட மனக்கண்ணில் விரிந்திருக்கும். ரமேஷுக்குத் திருப்தியில்லை என்பதும் தெரிந்திருக்கும். ஹோட்டல், வெயிட்டர், பில் என்று எதுவும் கூறப்படாவிட்டாலும் ஒரு ஹோட்டலில் என்ன நடக்கும் என்று நம் அனுபவங்கள் நமக்குக் கற்றுத் தந்தவை நம் மனதில் ஒரு ஸ்க்ரிப்ட் போல் இருப்பதால் இக்கதையைப் படிக்கும்போது மிஸ் ஆன விஷயங்கள் ஈசியாகப் புரிந்துவிடுகிறது. சரி, இப்போது இன்னொரு காட்சியைப் பார்ப்போம்.

பாபுவின் பர்த்டே பார்ட்டிக்கு ரகு சென்றான்.

கேக்கில் டேஸ்ட் இல்லை.

பாபுவின் அம்மாவுக்கு டிப்ஸ் வைக்கவில்லை.

என்ன கண்றாவி இது? பார்ட்டி நடக்கிறது என்பது கதையிலிருந்து புரிகிறது. பல பர்த்டே பார்ட்டிகளைப் பார்த்த அனுபவத்தில் பர்த்டே பார்ட்டி என்றால் என்ன, அது எப்படி இருக்கும்,

அங்கு என்ன நடக்கும் என்கிற ஸ்க்ரிப்ட் உங்கள் மனதில் ஏற்கெனவே பதிந்திருக்கிறது. பர்த்டே பார்ட்டி என்றால் அங்கு நண்பர்கள், கிஃப்ட், குழந்தைகள் விளையாடுவது, சத்தம் என்ற விஷயங்கள் உங்கள் மனதில் சொல்லப்படாமலேயே புரிகிறது. ஆனால் பர்த்டே பார்டியில் அம்மாவுக்கு டிப்ஸ் தரப்படவில்லை என்று படிக்கும் போது கதை இடிக்கிறது. மனதில் பர்த்டே பார்ட்டி காட்சியின் ஸ்க்ரிப்டை உடைக்கிறது.

வாழ்க்கையில் நாம் பார்க்கும், படிக்கும், கேட்கும், சந்திக்கும், அனுபவிக்கும் விஷயங்கள் மனதில் பதிகின்றன என்கிறார்கள் 'ராஜர் ஷேன்க்' மற்றும் 'ராபர்ட் ஏபில்சன்' என்னும் உளவியலாளர்கள். இதுபோல் மனதில் பதியும் விஷயங்களை 'ஸ்க்ரிப்ட்' என்கிறார்கள். இவ்வகையான ஸ்க்ரிப்ட்டுகள் நாம் சந்தித்த அனுபவங்களை அதே போன்ற மற்ற இடங்களிலும், சூழல்களிலும் நம்மை எதிர்ப்பார்க்க வைக்கின்றன என்கிறார்கள்.

பழகப் பழக மனிதன் நடந்துகொள்ளும்விதம் ஒருவித பேடர்ன் ஆக மாறிவிடுகிறது. உதாரணத்துக்கு, பல முறை சென்றிருப்பதால் நம் மனதில் ஹோட்டல் என்ற ஸ்க்ரிப்ட் பதிந்திருக்கிறது. ஹோட்டலில் நுழைகிறோம். வாசலில் வரவேற்கிறார்கள். காலியான சேரில் அமர்கிறோம். மெனு கார்ட் தருகிறார்கள். டேபிளில் தண்ணீர் வைக்கிறார்கள். 'என்ன வேணும் சார்' என்று வெயிட்டர் கேட்கிறார். நாம் ஆர்டர் செய்கிறோம். இத்யாதி. இத்யாதி.

இதனால்தான் கட்டுரையின் துவக்கத்தில் மூன்றே மூன்று வாக்கியங்கள் மட்டுமே தரப்பட்டாலும் உங்கள் மனதில் அதையும் தாண்டிப் பல விஷயங்கள் கதையாய் விரிந்தது. கதையின் ஆழம் ஈசியாகப் புரிந்தது.

பல நிகழ்வுகள், காட்சிகள், அனுபவங்களைக் கண்டிருப்பதால் நம் வாழ்க்கை முழுவதுமே ஸ்க்ரிப்டுகள் நிறைந்தது. தனியார் அலுவலகத்துக்குச் செல்ல நேர்ந்தால் அங்கு எப்படி பேசுவார்கள், எப்படி நடந்துகொள்வார்கள் என்பவை நாம் ஏற்கெனவே சென்று பார்த்த, படித்த, பழகிய அனுபவங்களிலிருந்து ஸ்க்ரிப்டாய் மனதில் ஏற்கெனவே பதிந்திருக்கின்றன. அது போன்ற அலுவலகங்களில் ஒழுங்காய் வேலை நடக்கும், பதவிசாகப் பேசுவார்கள் என்று நம்புகிறோம். நினைத்ததுபோல் தனியார் அலுவகலகத்தில் நடக்காவிட்டால்தான் ஆச்சரியமாக இருக்கும்.

அதே போல் பார்த்து பழகிய பாவத்தால் அரசாங்க அலுவலகங்களில் இப்படித்தான் நடந்துகொள்வார்கள் என்ற ஸ்க்ரிப்ட் உங்கள் மனதில்

பதிந்திருக்கிறது. அதற்கு மாறாக அங்கு நடந்து நாம் சென்ற பணி சீக்கிரம் முடிந்தால்தான் 'அட' என்று ஆச்சரியமாக இருக்கும்.

பார்க்கும் காட்சி முதல் படிக்கும் விஷயம் வரை பழகும் மனிதர் முதல் பெறும் அனுபவம் வரை அனைத்தும் நம் மனதில் ஸ்க்ரிப்ட்டாய் பதிந்துவிடுகிறது என்கிறார்கள் ஆய்வாளர்கள். நாம் நினைத்ததற்கு மாறாக நடக்கும்போது ஆச்சரியமாக மட்டும் இல்லாமல் சில நேரங்களில் அதிர்ச்சியாகவும் இருக்கிறது. அதனால்தான் அது போன்ற நேரங்களில் ஆச்சரியத்தை வார்த்தைகளாகக் கூறுகிறோம்.

'இப்படி நடக்கும்னு நான் நினைக்கவே இல்லை'.

'அவனா அப்படி பண்ணினான்?'

'மத்தவன விடு. அவன் அப்படி பேசினது தான் இன்னை வரைக்கும் என்னால ஜீரணிக்கவே முடியல.'

இவையெல்லாமே நம் மனதில் உள்ள ஸ்க்ரிப்ட் உடைக்கப் படுவதால் நாம் கூறும் வாக்கியங்கள்.

இவை ஒருபுறம் இருக்கட்டும். நீங்கள் எதை அதிகம் விரும்புகிறீர்கள். எதிர்பார்த்தபடியே எல்லாம் நடக்கும்போதா அல்லது எதிர்பாராமல் ஏதாவது நடக்கும்போதா?

நேர்கோட்டில் பயணம் செய்வது சௌகரியம்தான். ஆனால் அசாத்தியத்துக்கு போரடிக்கும். எதிர்பாராத, புதிய, வித்தியாசமான விஷயங்கள் நடந்தால்தான் வாழ்க்கை சுவாரசியப்படுகிறது. அட என்று ஆச்சரியத்தில் விரியாத கண்களும் மனமும் இருந்தென்ன பயன். மனதிலுள்ள ஸ்க்ரிப்ட் உடைக்கப்படும்போதுதான் வாழ்க்கையில் சுவை கூடுகிறது. அந்த அனுபவம் நீண்ட காலம் மனதில் பசுமையாகத் தவழ்கிறது!

நீண்ட நாள் நண்பரைச் சென்று பார்த்து வருவது மகிழ்ச்சிதான். ஆனால் அதைவிட ஆச்சரியமும் மகிழ்ச்சியும் எப்போது கிடைக்கும்? அதே நண்பரை எதிர்பாராத ஒரு இடத்தில் எதிர்பாராத ஒரு தருணத்தில் பார்க்கும் போதுதானே!

வாழ்க்கையை விட்டு வியாபாரத்துக்கு வருவோம். இங்கு ஸ்க்ரிப்டை உடைக்கும்போது என்ன ஆகிறது என்று பார்ப்போம்.

ஆச்சரியம் என்பது புதுமை, வளர்ச்சி போன்ற பூட்டுக்களைத் திறக்கும் சாவி. மார்க்கெட்டிங் என்பதே வாடிக்கையாளர்களின் தேவையைப் பூர்த்தி செய்து அவர்களை மகிழ்ச்சிப்படுத்துவது எனும்போது வாடிக்கையாளர் மனதிலுள்ள ஸ்க்ரிப்டை உடைத்து

அவர்களை ஆச்சரியப்படுத்தி மகிழ்விப்பதில்தானே நம் வெற்றி அடங்கியிருக்கிறது.

உங்கள் வாடிக்கையாளர்கள் மனதில் நீங்கள் விற்கும் பொருள் பிரிவுக்கான ஸ்க்ரிப்ட் ஒன்று கண்டிப்பாக இருக்கும். அதை உடைக்கும் போது அவர்களை ஆச்சரியப்படுத்த முடியும். அவர்கள் எதிர்பார்க்கும் ஸ்க்ரிப்ட்டுக்கு ஏற்ப இல்லாமல் புதிய அனுபவத்தை நீங்கள் தரும்போது அவரை வியப்பில் ஆழ்த்தி மகிழ்ச்சி வெள்ளத்தில் தள்ள முடியும். அப்போதுதான் வாடிக்கையாளர் பொருளை வாங்கும் சாதாரண அனுபவம்கூட பேரானந்தமாக மாறும். நீங்கள் ஏற்படுத்தும் ஆச்சரியமே வைரலாகப் பரவி பலரை உங்கள் ப்ராண்ட் பற்றி அறியச் செய்யும். உங்கள் ப்ராண்ட்பற்றி மக்களைப் பரவலாகப் பேசவைக்கும்.

அடிக்கடி விமானத்தில் செல்பவர்கள் விமானம் கிளம்பும் முன் பாதுகாப்பு ஏற்பாடுகள் பற்றி விமானப் பணிப்பெண்கள் விளக்குவதைக் கண்டுகொள்வதில்லை. என்ன சொல்வார்கள் என்கிற ஸ்க்ரிப்ட் ஏற்கெனவே அவர்கள் மனதில் இருப்பதால் கேட்டதையே எத்தனை முறை கேட்பது என்று பணிப்பெண்கள் கூறுவதைக் கவனிப்பதில்லை.

அந்த ஸ்க்ரிப்டை உடைக்கிறது 'சவுத்வெஸ்ட் ஏர்லைன்ஸ்'. 'உங்கள் மனைவியிடமிருந்து பிரிய ஐம்பது வழிகள் இருக்கலாம். ஆனால் இந்த விமானத்திலிருந்து வெளியேற ஆறு வழிகள்தான் உண்டு' என்பார்கள் சவுத்வெஸ்ட் பணிப்பெண்கள். வேறெந்த சிந்தனையில் இருந்தாலும் சடாரென்று கட்டி இழுக்காதா இவ்வகைப் பேச்சு!

விமானத்தில் பயணம் செய்பவர்கள் பொதுவாகவே விமானப் பாதுகாப்பு பற்றிய செய்திகளைப் படிக்கமாட்டார்கள். அச்சடிக்கப் பட்ட அப்பக்கம் லாமினேட் செய்யப்பட்டு சீட்டின் முன்புற கவரில் தேமே என்றுதான் இருக்கும். பலரும் அதைச் சீண்டுவதுகூட இல்லை.

சவுத்வெஸ்ட் ஏர்லைன்ஸ் தான் ஸ்க்ரிப்ட்டை உடைப்பதில் பலே கில்லாடி ஆயிற்றே. 'உங்கள் சீட்டின் முன்புற கவரில் விமான பாதுகாப்பு பற்றி நீங்கள் தெரிந்துகொள்ளவேண்டிய அட்டை இருக்கிறது. அதைப் படிக்கவில்லையென்றாலும் எடுத்து விசிறி போல் விசிறிக்கொள்ளவாவது செய்யுங்கள், உங்களுக்கு புண்ணியமாகப் போகும்' என்று அறிவிக்கிறது. இதைக் கேட்டால் உங்களுக்கே அதை எடுத்து படித்துப் பார்த்தால்தான் என்ன என்று தோன்றுகிறதல்லவா!

இப்படி புதிது புதிதாக ஒவ்வொரு முறையும் கூறுவதால் பயணம் செல்பவர்கள் ஸ்க்ரிப்ட் உடைக்கப்படுவதால் அனைவரும் பணிப்பெண்கள் கூறுவதைக் கவனத்துடன் கேட்பதோடு மனம் விட்டு சிரிக்கவும் செய்கின்றனர். கடனே என்று செல்லவேண்டிய பயணம்கூட குதூகலமாக இருப்பதால் சவுத்வெஸ்ட்டில் பயணம் செய்யவே பலரும் விரும்புகின்றனர். இதனாலும் மற்ற காரணங்களாலும்தான் உலகிலேயே தொடர்ந்து லாபம் ஈட்டி வரும் ஒரே விமான சர்வீஸாக சவுத்வெஸ்ட் ஏர்லைன்ஸ் திகழ்கிறது.

சரி, நீ சொன்னதுபோல் ஸ்க்ரிப்டை உடைக்கிறேன், என் ப்ராண்ட் விற்பனையை கூட்ட 'சேல்', 'விலைக் குறைப்பு', 'கிஃப்ட்' இப்படித் தந்து வாடிக்கையாளர்கள் மனதில் ஆச்சரியம் அளிக்க முயற்சி செய்யட்டுமா என்று கேட்காதீர்கள். முதல் முறை தரும்போது வேண்டுமானால் வாடிக்கையாளர்களுக்கு உங்கள் ஆஃபர்கள் ஆச்சரியமாக இருக்கும். விற்பனையைக் கூட்டுகிறேன் என்று அடிக்கடி இலவசங்கள் தந்தால் எங்கிருந்து ஆச்சரியம் வரும்? வாடிக்கையாளர்களுக்கு அலுப்புதான் தட்டும். ஒரு அளவுக்கு மேல் நீங்கள் இலவசம் தந்துகொண்டே இருந்தால் அப்படி இலவசம் தராமல் நிறுத்தும்போதுதான் வாடிக்கையாளர்களுக்கு ஆச்சரியமாக இருக்கும்!

வாடிக்கையாளர்களை மகிழ்ச்சிப்படுத்த வேண்டும் என்று ஆசையிருந்தால் உங்கள் ப்ராண்ட் அவர்கள் மனதிலுள்ள ஸ்க்ரிப்ட் என்ன, எப்படி என்பதை முதலில் உணருங்கள். பின் அவருக்கு ஆச்சரியம் அளிக்கும் வண்ணம் அதை உடைக்கும் வழியைத் தேடுங்கள்.

நான் செய்யும் தொழிலில் இப்படியெல்லாம் செய்யமுடியாது என்று சொல்வது சால்ஜாப்பு. ஆச்சரியங்களுக்கு எந்த பேதமும் கிடையாது. நீங்கள் ஆஸ்பத்திரியே நடத்துபவராக இருந்தாலும் உங்கள் பேஷண்டுகள் மனதிலுள்ள ஸ்க்ரிப்டை உடைக்கலாம், உடைக்க வேண்டும். உடைக்க முடியும்.

அமெரிக்க மருத்துவமனை ஒன்றில் குழந்தைகள் MRI ஸ்கான் மெஷினுக்குள் படுக்க பயப்படுகிறார்கள் என்று அவர்கள் ஸ்க்ரிப்டை உடைக்கும்விதமாக MRI மெஷின் இருக்கும் அறையை காடு போல வடிவமைத்து MRI மெஷினை குகை போல் செய்து குழந்தைகளிடம் 'டயனோசார் உன்னைப் பிடிக்க வரும், இந்த மெஷினுக்குள் அசையாமல் படுத்து ஒளிந்துகொள், உன்னைத் தேடிப் பார்த்துவிட்டு, காணாமல் சென்றுவிடும்' என்கிறார்கள்.

டாக்டர், மருத்துவமனை, MRI என்றாலே பயந்து நடுங்கும் குழந்தைகளின் ஸ்க்ரிப்ட் உடைக்கப்படுவதால் அவர்கள் பயமில்லாமல் இந்த மருத்துவமனைக்கு விளையாட வருவது போல் வருகிறார்கள்!

உங்கள் ஊழியர்களுக்கும் ஸ்க்ரிப்டை உடைக்கும் உரிமையை, சுதந்திரத்தை அளியுங்கள். உங்களைவிட வாடிக்கையாளர்களை அதிகம் உணர்ந்தவர்கள் அவர்கள்தான். அவர்களால் எளிதில் வாடிக்கையாளர் மனதைப் புரிந்துகொள்ள முடியும். வாடிக்கை யாளர்கள் மனதிலுள்ள ஸ்க்ரிப்டை ஆச்சரியமளிக்கும் விதங்களில் உடைக்கவும் முடியும். செய்து பாருங்கள். பிறகு உங்கள் ப்ராண்ட்தான் வசூலில் சூப்பர் ஹிட் என்று தனியாய் சொல்ல வேண்டுமா என்ன?

□

15 செயல்திறனை கூட்டத் தேவை இரண்டு ஸ்டாம்ப் மட்டுமே

ஹோாட்டலில் தங்கியிருப்பீர்கள். அங்கு ரூம்களைச் சுத்தம் செய்யும் பெண்களைச் சற்று நினைத்துப் பாருங்கள்.

அட அந்த அர்த்தத்தில் சொல்லவில்லை சார், நீங்கள் வேறு. அவர்கள் பணியைக் கொஞ்சம் நினைத்துப் பார்க்கச் சொல்கிறேன்.

ஒரு பணிப்பெண் தினம் இருபது ரூம்களையாவது சுத்தம் செய்யவேண்டியிருக்கும். ஒரு ரூமைச் சுத்தம் செய்யக் குறைந்தபட்சம் முப்பது நிமிடங்கள் ஆகும். நடப்பது, படியேறுவது, இறங்குவது, குனிந்து நிமிர்ந்து பெருக்குது, தூசி தட்டுவது, தரையைத் துடைப்பது, சாமான்களைத் தூக்குவது, இங்குமங்கும் மாற்றுவது என்று ஒரு நாளைக்கு எத்தனை கடினமாக உழைப்பார்கள் என்பதை நினையுங்கள்.

உடல் வருந்தச் செய்யும் இப்பணிகள் அனைத்தும் ஒரு வழியில் உடற்பயிற்சிதானே. ஒரு சராசரிப் பெண் என்ன உடற்பயிற்சி செய்யவேண்டும் என்று டாக்டர்கள் சொல்கிறார்களோ அதைவிட அதிகமாகவே இவர்கள் செய்கிறார்கள். என்ன, தாங்கள் உடற்பயிற்சியும் சேர்த்துச் செய்கிறோம் என்பதை இவர்கள் உணர்வதில்லை, அவ்வளவே.

இதை நீங்களும் நானும் கவனித்தோமா தெரியாது. ஆனால் இதை ஒரு ஆய்வாக மேற்கொண்டனர் 'ஸ்டான்ஃபோர்ட் பல்கலைக்கழக' உளவியல் பிரிவைச் சேர்ந்த 'ஏலியா க்ரம்' மற்றும் 'எலன் லாங்கர்'. ஹோட்டல் பணிப்பெண்கள் பலரிடம் அவர்கள் ரெகுலராக உடற்பயிற்சி செய்கிறார்களா என்று கேட்டனர். சுமார் எழுபது சதவீத பெண்கள் 'இல்லை' என்று பதிலளித்தனர். தங்கள் பணியில் செய்வது உடற்பயிற்சிதான் என்பதை அவர்கள் அறிந்திருக்க வில்லையே!

ட்ராக் சூட் போட்டு நின்ற இடத்திலேயே ட்ரெட்மில்லில் ஓடி நெற்றி வியர்வை நிலத்தில் சிந்தச் செய்வதுதான் உடற்பயிற்சி என்பதில்லையே. 'நீ தினம் ஐந்து மணிக்கு அலாரம் வைத்து எழுந்து கண் மண் தெரியாமல் ஓடி, வெயிட்டுகளைத் தூக்கி இறக்கினால் தான் உடற்பயிற்சி என்று ஒத்துக்கொள்வேன், இல்லையென்றால் நான் இளைக்கமாட்டேன் போ' என்று உடம்பு அழுது அழிச்சாட்டியம் செய்யுமா என்ன. உடம்பில் உள்ள கலோரிகளை எரிக்கும் எந்தச் செயலும் உடற்பயிற்சிதான். அதை ஜிம்மில் செய்தாலும் சரி, பணியில் ஜம்மென்று செய்தாலும் சரி!

ஹோட்டல் பணிப்பெண்கள் கூறிய பதிலைக் கேட்ட ஆய்வாளர் களுக்கு ஆச்சரியம். உடல் வருத்திப் பணிபுரிந்தும் உணரவில்லையே, இதை இவர்களிடம் உணர்த்தினால் என்ன என்று தோன்றியது. ஹோட்டல் பணிப்பெண்களை இரண்டு பிரிவுகளாகப் பிரித்தனர்.

ஒரு பிரிவினரிடம் உடற்பயிற்சி செய்வதால் ஏற்படும் பயன்களை விளக்கிக் கூறி அவர்கள் செய்யும் பணிகள் உடற்பயிற்சிக்கு சமம் என்பதை ஆதரங்களுடன் விளக்கினர். ஜிம்மில் செய்வதற்கு ஈடான, கலோரிகளை எரிக்கும் அவர்களுடைய பணிகளை விளக்கினர். குனிந்து பெருக்கித் துடைக்கும்போது சுமாராக நூறு கலோரி எரிவதையும், படுக்கை விரிப்புகளை மாற்றும்போது சுமார் நாற்பது கலோரிகள் எரிவதையும் ஆதாரங்களுடன் விளக்கினர். இரண்டாவது பிரிவைச் சேர்ந்த பணிப்பெண்களிடம் உடற்பயிற்சி செய்வதால் விளையும் பயன்களை மட்டும் கூறினார்கள். அவர்கள் செய்யும் பணி உடற்பயிற்சிக்கு ஈடானது என்பது போன்ற விளக்கங்களைக் கூறவில்லை. ஒவ்வொரு பணியிலும் அவர்கள் எரிக்கும் கலோரி அளவுகளையும் கூறவில்லை.

நான்கு வாரங்கள் கழித்து இரண்டு பிரிவு பணிப்பெண்களையும் அழைத்து மீண்டும் ஆய்வு செய்த ஆய்வாளர்களுக்கு ஒரு பெரிய ஆச்சரியம் காத்திருந்தது. தாங்கள் செய்யும் பணிகள் உடற்பயிற்சியே என்று விளக்கப்பட்ட முதல் பிரிவைச் சேர்ந்த பெண்கள் சராசரி

இரண்டு கிலோ எடையை இழந்திருந்தனர். அவ்வளவு ஈசியாக ஒரு மாதத்தில் அப்படி இழக்க முடியாது என்பது ஒரு ஆச்சரியம். இரண்டாவது பிரிவைச் சேர்ந்த பெண்களின் எடையில் எந்த மாற்றமும் இல்லை என்பது இரண்டாவது ஆச்சரியம்!

ஒன்று இரண்டு பெண்கள் என்றால் பரவாயில்லை, ஏகப்பட்ட பெண்கள் ஒன்றுபோல் எடை இழப்பது, அல்லது இழக்காமல் இருப்பது எப்படி என்ற ஆச்சரியம் ஆய்வாளர்களுக்கு. முதல் பிரிவைச் சேர்ந்த பெண்கள் அதிக நேரம் உழைக்கவில்லை. சாப்பாடு விஷயத்திலும், தினப்படி வாழ்க்கையிலும் எந்த மாற்றமுமில்லை. இருந்தும் எப்படி எடை குறந்தது?

இந்த கேள்விக்கான விடை புரிவதற்கு 'ன்யூன்ஸ்' மற்றும் 'ட்ரீஸ்' என்ற இரண்டு மார்க்கெட்டிங் பேராசிரியர்கள் செய்த ஆய்வைப் பார்க்க வேண்டியிருக்கிறது.

இந்த ஆய்வு ஒரு கார் வாஷ் கடையில் நடத்ததப்பட்டது. காரைச் சுத்தம் செய்யும் கார் வாஷ் கடை கஸ்டமர்கள் ஒரு பிரிவினரிடம் கார்ட் ஒன்று தரப்பட்டு அவர்கள் ஒவ்வொரு முறை காரைச் சுத்தம் செய்ய வரும்போதும் அதில் ஸ்டாம்ப் ஒன்று ஒட்டப்பட்டது. எட்டு ஸ்டாம்புகளைப் பெற்றால் அவர்களுடைய அடுத்த வாஷ் இலவசம் என்று கூறப்பட்டது. அதே கார் வாஷ் கடையைச் சேர்ந்த இன்னொரு பிரிவு கஸ்டமர்களிடமும் கார்ட் ஒன்று தரப்பட்டு அவர்கள் காரை சுத்தம் செய்ய வரும்போதும் ஸ்டாம்ப் ஒன்று ஒட்டப்படும் என்றும் அவர்கள் பத்து ஸ்டாம்புகளைப் பெற்றால் அடுத்த கார் வாஷ் இலவசம் என்று கூறப்பட்டது. ஆனால், இவர்களுக்கு சலுகையாக அவர்கள் பெற்ற கார்டில் ஏற்கெனவே இரண்டு ஸ்டாம்புகள் சிறப்பு சலுகையாக ஒட்டப்பட்டிருந்தது.

இரண்டு பிரிவும் கஸ்டமர்களும் எட்டு முறை வந்தால்தான் இலவச கார் வாஷ். ஆனால், உளவியல்பூர்வமான வித்தியாசம் இருப்பதைக் கவனித்தீர்களா?

இரண்டாவது பிரிவு கஸ்டமர்கள் ஏற்கெனவே இலவச கார் வாஷ் பெறும் முயற்சியில் இருபது சதவீதம் முன்னேறியிருப்பதுபோல் அவர்களுக்குத் தோன்றியிருப்பதைக் கவனியுங்கள். ஆய்வின் முடிவில் முதல் பிரிவைச் சேர்ந்த கஸ்டமர்களில் பத்தொன்பது சதவீதம் பேர் எட்டு ஸ்டாம்புகள் பெற்று இலவச கார் வாஷ் பெற்றனர். ஆனால் இரண்டாவது பிரிவைச் சேர்ந்த கஸ்டமர்களில் முப்பத்தைந்து சதவீதம் பேர் இலவச கார் வாஷ் பெற்றதோடு முதல் பிரிவைச் சேர்ந்தவர்களைக் காட்டிலும் விரைவாகவும் பெற்றிருந்தனர்.

இதிலிருக்கும் உளவியல் உண்மை புரிகிறதா?

சிறிய தூரத்தைக் கடப்பதைக் காட்டிலும் நெடும் தூரத்தைக் கடக்க மக்களுக்கு உந்துதல் சக்தி அதிகமாக இருக்கிறது, அதிக தூரத்தை ஏற்கெனவே கொஞ்சத்துக்கு கொஞ்சம் கடந்திருந்தால்!

இந்த இரண்டு ஆய்வுகளையும் ‘Switch’ என்ற புத்தகத்தில் குறிப்பிட்டு ஹோட்டல் பணிப்பெண்கள் எடை குறைந்த ரகசியத்தை விளக்குகிறார்கள் ‘சிப் ஹீத்’, ‘டேன் ஹீத்’ என்ற சகோதரர்கள். எடை குறைந்த முதல் பிரிவு பணிப்பெண்களிடம் அவர்கள் பணியிலேயே உடற்பயிற்சி செய்வது விளக்கப்பட்டது. இறுதி இலக்கை அவர்கள் நெருங்குவது இன்னமும் எளிதானது என்பதுபோல் இரண்டு ஸ்டாம்புகள் அவர்களுக்கு தரப்பட்டது. அவர்களுக்கு அது எப்பேர்ப்பட்ட உந்துதல் சக்தியாக இருந்திருக்கும் என்பதைச் சிந்தியுங்கள். நம்மாலும் எடையைக் குறைக்க முடியும் போலிருக்கிறதே, இதுவரை நினைக்காதபடி நாமும் உடற்பயிற்சி செய்கிறோமே, ஒவ்வொரு சிறிய செயலும் நம் உடம்புக்கு நல்லதாமே, பலே’ என்று அவர்களுக்கு உற்சாகமும் உந்துதல் சக்தியும் பிறந்திருக்கும். செய்யும் பணிகளை இன்னமும் வேகமாக, ஆர்வமாக, திறமையாகச் செய்திருப்பார்கள். இன்னமும் நிமிர்ந்து குனிந்து பெருக்குவது முதல் அழுந்தத் துடைப்பதுவரை, படிகளில் வேகமாக ஏறி இறங்குவது முதல் ஒன்றுக்கு இரண்டு முறை வேலையைச் சரியாய் செய்வது வரை அதிக முயற்சி செய்திருப்பார்கள். கார் வாஷ் கஸ்டமர்கள் போல் அதுதான் அவர்களுக்கு இரண்டு ஸ்டாம்புகள் ஏற்கெனவே தரப்பட்டிருக்கிறதே!

அடுத்த முறை உங்கள் கம்பெனியில் ஏதேனும் மாற்றங்கள் கொண்டு வர முயற்சிசெய்யும்பாது இந்த உண்மையைப் பயன்படுத்திப் பாருங்களேன். உங்கள் ஊழியர்களிடமோ, விற்பனையாளர் களிடமோ அவர்கள் செய்யவேண்டிய கடின வேலைகளை மட்டுமே விளக்குவதை விட்டு அதுவரை அவர்கள் புரிந்திருக்கும் பணியை அதில் அவர்கள் பெற்ற வெற்றிகளைப் பட்டியலிட்டுக் கூறுங்கள். அவர்களுக்கு உற்சாகம் ஊட்டும் வகையில், உந்துதல் சக்தியுடன் உழைக்கும் வகையில் அவர்களுக்கு இரண்டு ஸ்டாம்புகளை முதலிலேயே தந்து பாருங்கள். அந்த இரண்டு ஸ்டாம்புகள் போதும் நீங்களும் அவர்களும் உங்கள் கம்பெனியும் இலக்கு என்னும் விலாசம் இருக்கும் வெற்றி என்ற ஊர் போய்ச் சேர!

□

16 டெலிஷாப்பிங் கற்றுத் தரும் மார்க்கெட்டிங் பாடங்கள்

'**ச**தீஷ் கிருஷ்ணமூர்த்தியின் புத்தகங்களை ரெகுலரா வாங்கிப் படிப்பவர்களுக்கு ஒரு அதிசயம் காத்திருக்கிறது. அவங்களுக்கு வில்லிவாக்கத்தில வீட்டு மனையும், மாதவரத்தில் மாங்கா தோப்பும் ஃப்ரீயா தரோம். அது மட்டுமில்ல. அவங்க வீட்டுக்கே வந்து அறுபது லட்சம் மதிப்புள்ள அபூர்வ வைர நெக்லஸ் ஒன்றை அன்பளிப்பா தரோம். இச்சலுகை இன்னும் அரை மணி நேரம் தான். இந்த அரிய வாய்ப்பு போனா வராது, உடனே ஃபோன் பண்ணுங்க.'

ஹலோ, எதற்கு ஃபோனைத் தேடுகிறீர்கள்?

எந்த நம்பர் என்று தெரியுமா?

யாருக்கு ஃபோன் செய்யவேண்டும் என்றாவது தெரியுமா?

சும்மா உளவாங்காட்டிக்குச் சொன்னேன். அப்படி எதையும் தருவதாக 'கிழக்குப் பதிப்பகத்துக்கும்' எனக்கும் உத்தேசமில்லை. திறந்த வாயை மூடி, விரிந்த ஆசையை அடக்கி, மடக்கிய புத்தகத்தைப் பிரித்து மேலே படியுங்கள்!

வீட்டு மனை, மாங்கா தோப்பு, நெக்லஸ் எல்லாம் இலவசமாய் கிடைக்கப் போகிறது என்றவுடன் ஒரு

கணம் ஆச்சரியம் அரவணைத்திருக்குமே. வடக்கிலிருந்து சுப சேதி வரும் என்று ராசி பலன் சொன்னது பலித்துவிட்டதோ என்று சபலம் தட்டியிருக்குமே.

அதெல்லாம் இல்லை என்று தெரிந்தவுடன் ‘சே, ஆசை காட்டி மோசம் பண்ணிட்டான்’ என்று என்னை வையத் தோன்றுமே. ‘எனக்கில்ல, எனக்கில்ல’ என்று திருவிளையாடல் தருமி போல் புலம்பத் தோன்றுமே.

‘அதானே பார்த்தேன், எந்த இளிச்சவாயன் இப்படித் தருவான், எந்த மடையன் இதை நம்புவான்’ என்று நினைக்காதீர்கள். டீவியில் டெலிஷாப்பிங் நிகழ்ச்சிகள் எத்தனை பார்த்திருப்பீர்கள். அதில் ஆசை வார்த்தை எத்தனை கேட்டிருப்பீர்கள். அதில் மயங்குபவர்கள் மடையர்களா என்று தெரியாது. ஆனால் அப்படி விற்பவர்கள் இளிச்சவாயர்கள் அல்ல. அவர்கள் பலே மார்க்கெட்டர்கள். உளவியல் புரிந்தவர்கள். அவர்களைப் பிடிக்கிறதோ இல்லையோ அந்நிகழ்ச்சிகளை பார்ப்பீர்களோ என்னவோ அவர்களிடமிருந்து மார்க்கெட்டிங் டெக்னிக்குகள் கற்கலாம். அந்நிகழ்சிகளிலிருந்து விளம்பர வித்தைகளைக் கறக்கலாம். வில்லிவாக்க வீட்டு மனையை விட்டு, மாதவரம் மாங்கா தோப்பை மறந்து மேலே படிக்கவும்!

தொன்னூறுகளில் பிறந்த டெலிஷாப்பிங் நிகழ்ச்சிகள் இலவசம் காட்டி பரவசமாய் வளர்ந்திருக்கிறது. இன்று டெலிஷாப்பிங் மூலம் விற்கும் பொருள்களின் மதிப்பு 2,500 கோடியாம். ஆண்டு வளர்ச்சி இருபது சதவீதம். அரை மணி நேர நிகழ்ச்சியாய் துவங்கியது இன்று இதற்கென்று பிரத்யேக சேனல்கள் துவங்கும் அளவுக்கு அசுரத்தனமாய் வளர்ந்திருக்கிறது.

டெலிஷாப்பிங் நிகழ்ச்சிகள் ஷூட் செய்வதற்கென்று தனி வீடுகளே இருக்கிறதாம். ஒன்று மாற்றி ஒன்று அங்கு சதா டெலிஷாப்பிங் ஷூட்டிங் தானாம். போஸ்ட்மேன் கூட அந்த வீடுகளுக்குச் சென்று கதவைத் தட்டுவதில்லையாம்.

‘சார் போஸ்ட்’.

‘யோவ் கத்தாதய்யா, ஷூட்டிங் நடக்குது’.

டெலிஷாப்பிங் என்று நாம் கூறுவதை Direct Response TV (DRTV) அல்லது Infomercials என்றும் அழைக்கிறார்கள். வீட்டு மனை முதல் வீட்டில் அணியும் நைட்டி வரை, உலோக ஐட்டம் முதல் உள்ளாடை வரை, பாத்திரம் கழுவும் பவுடர் முதல் பலான மேட்டர் சூரணம் வரை இவர்கள் ஒரு பொருளை விட்டுவைக்கவில்லை. அரை மணி

நேரம் அழுத்திப் பிடித்து, அவசரப்படுத்தி, அடிக்காத குறையாக அதட்டி ஆர்டர் செய்ய வைக்கிறார்கள். தெருவில் வண்டி நந்திபோல் வழியை மறைத்து நின்றால் பின்னால் வரும் வண்டி நகரும் வரை ஹார்ன் அடித்து காதைச் செவிடாக்குமே. அதுபோல் நாம் பொருளை வாங்கும் வரை பேசியே படுத்தியெடுக்கிறார்கள். ஆனால் சும்மா சொல்லக்கூடாது பேசியே ஜெயிக்கிறார்கள்!

ப்ராண்டை உருவாக்கி, அதை வளர்த்து வளர்ச்சி காணும் பேராசையெல்லாம் இவர்களுக்குக் கிடையாது. பண்டம் செய்து, பணம் பண்ணுவோம். பண்ணிக்கொண்டே இருப்போம் என்ற சின்ன ஆசையும் சிந்தனையும் மட்டும்தான் இவர்களிடம்.

சாதாரண டீவி விளம்பரங்களோடு ஒப்பிடுகையில் டெலிஷாப்பிங் நிகழ்ச்சிகளுக்குப் பொறுப்புடைமை (Accountability) அதிகம். விளம்பரத்துக்கான செலவு பயன் தந்ததா என்று கணக்கிடுவது கஷ்டம். ஆனால் டெலிஷாப்பிங் நிகழ்ச்சிக்கு செய்த செலவுக்கு என்ன கிடைத்தது என்று கனகச்சிதமாகக் கணக்கிட முடியும். அதுதான் அரை மணி நேரத்துக்குள் அழைப்பவர்களுக்கு அள்ளித் தருகிறேன் என்கிறார்களே. நிகழ்ச்சி முடிந்த கையோடு எத்தனை ஃபோன் கால் வந்தது, எத்தனை பொருள் விற்றது என்பது தெளிவாகத் தெரிந்துவிடுமே!

டெலிஷாப்பிங் நிகழ்ச்சியில் எப்பேர்ப்பட்ட பொருள் விற்றாலும் அதைப்பற்றி விரிவான, விளக்கமான செய்திகள், தகவல்கள் தருவதைப் பாருங்கள். நேரில் சென்று விற்றால் வாடிக்கையாளர் எத்தனை கேள்வி கேட்பாரோ அத்தனை கேள்விகளுக்கான பதில்களை டெலிஷாப்பிங் நிகழ்ச்சி விலாவாரியாய் விவரிப்பதைக் கவனியுங்கள்.

More you tell, more you sell என்பார்கள். உங்கள் ப்ராண்டை இது போல் விவரமாய் விளக்குங்கள். என்ன, வளவளவென்று சொல்லாமல் சுருக்கமாய் சொன்னால் சௌகரியம்.

எந்த ப்ராண்டும் வாடிக்கையாளரிடம் 'ஏன் தன்னை வாங்க வேண்டும்', 'எதனால் தன்னை நம்பவேண்டும்' என்ற இரண்டு கேள்விகளுக்குத் தெளிவாக விடையளிக்க வேண்டும். 'உன் மேனியைச் சிவப்பாக்குகிறேன், என்னை வாங்கு' என்று கூறும் 'ஃபேர் எவர்' 'என்னிடம் குங்குமப் பூவின் குணம் இருக்கிறது' என்கிறது. அதனாலேயே வாடிக்கையாளர்கள் வாங்குகிறார்கள். இந்தக் கேள்விகளுக்கு பதில் கூறாமல் விளம்பரம் செய்வதால்தான் பல ப்ராண்டுகள் செல்லாக் காசாகி செல்லரித்துப் போய் சாகிறது.

டெலிஷாப்பிங் நிகழ்ச்சிகள் இந்தத் தவறை ஒருபோதும் செய்வதில்லை. தங்களை ஏன் வாங்கவேண்டும், என்னென்ன பயன்கள் தருகிறோம், எப்படி தங்களால் அந்த பயன்களைத் தரமுடிகிறது என்பதை விலாவரியாய் விவரிக்கின்றன. இதனால் மக்களுக்கும் 'அட ஆமாம், இது எவ்வளவு சௌகரியம்' என்று எண்ணி வாங்கத் தோன்றுகிறது.

விளம்பரங்களில் ப்ராண்டைப் பயன்படுத்துபவர் தோன்றி அதன் பயன்களைப் பட்டியலிடும்போது பார்ப்பவருக்கு ப்ராண்ட் மீது நம்பிக்கை வரும். இவ்வகை விளம்பரங்களை டெஸ்ட்டிமோனியல் என்பார்கள். இந்த விஷயத்தில் டெலிஷாப்பிங் மார்க்கெட்டர்கள் மன்னர்கள். பொருளைப் பயன்படுத்துபவர்போல் உள்ளவர்கள் தாங்கள் பொருளை வாங்கும் முன் எப்படி இருந்தார்கள், வாங்கிய பின் எப்படிப் பயனடைந்தார்கள் என்பதை நகாசுக்களோடு நம்பும்படி கூறுகின்றன. நிகழ்ச்சியைப் பார்ப்பவர் 'இத்தனை பேர் பயனடைகிறார்களே, நான் மட்டும் என்ன பாவம் செய்தேன்' என்று அடுத்த வினாடியே ஆர்வத்துடன் தன் அலைபேசியை எடுத்து ஆர்டர் செய்கிறார்!

டெலிஷாப்பிங் மார்க்கெட்டர்கள் நிகழ்ச்சியின் முடிவில் பிரமாதமாய் பரபரப்பைப் பற்றவைப்பதையும் பார்த்திருப்பீர்கள். 'இன்று மட்டுமே இச்சலுகை', 'இன்னும் அரை மணி நேரமே இந்த இலவசம்', 'முதலில் அழைக்கும் ஆறு பேருக்கு மட்டுமே ஃப்ரீ கிஃப்ட்' என்று மென்னியைப் பிடித்ததுபோல் கதறுவதைக் கேட்டிருப்பீர்கள்.

இதற்கு 'call for action' என்று பெயர். 'ம்ம்ம் கிளம்பு, ஓடு, சீக்கிரம் வாங்கு, இன்னுமா வாங்கல' என்று நம்மைப் பரபரக்க வைப்பது. இதுபோல் கழுத்தைப் பிடித்துத் தள்ளாத குறையாக இல்லாவிட்டாலும் வாடிக்கையாளர்களை வாங்கத் தூண்டும் 'call for action' இருக்கும்படி உங்கள் விளம்பரங்களை வடிவமையுங்கள்.

பற்றாக்குறை கோட்பாடு என்ற உளவியல் கோட்பாடு ஒன்று உண்டு. 'பிசினஸ் சைக்காலஜி' என்ற என் புத்தகத்தில் இதைப் பற்றி விளக்கமாக விவரித்திருக்கிறேன். அதை வாங்கிப் படிக்க ஏதுவாக அக்கோட்பாட்டைப் பற்றி ஒரு சிறு குறிப்பு இதோ.

அதிகமாக இருக்கும் எதன் மதிப்பும் நமக்குத் தெரிவதில்லை. கிடைப்பதற்கு அரிதாக இருப்பது மதிப்பு மிக்கதாகத் தெரிகிறது. பற்றாக்குறையான மேட்டர் என்றால் அதை வாங்க மனம் அலைகிறது. குறைவாய் கிடைக்கும் பொருளுக்குத்தான் நிறைவாய்

டிமாண்ட். இதுவே 'பற்றாக்குறை கோட்பாடு'. இதைத்தான் பற்றாக்குறை இல்லாமல் பயன்படுத்திப் பயன்பெறுகிறார்கள் டெலிஷாப்பிங் மார்க்கெட்டர்கள்.

வார்த்தைகளுக்கு விலை இல்லை, ஆனால் வீரியம் உண்டு. இதை நீங்களும் நானும் உணர்ந்ததைவிட டெலிஷாப்பிங் மார்க்கெட்டர்கள் உணர்ந்திருக்கிறார்கள். அதனால் அவர்கள் பிரயோகிக்கும் வார்த்தைகளில் எளிமையும் வலிமையும் அதிகம்.

'ஃப்ரீ', 'அரிய', 'நம்ப முடியாத', 'ஆச்சரியமளிக்கும்', 'வேறெங்கும் கிடைக்காத' என்பது போன்ற வார்த்தைகளை அதற்குண்டான ஏற்ற இறக்கத்தோடு அவ்வகை விளம்பரங்களில் கூறப்படுவதைக் கேட்டிருப்பீர்கள். அதைக் கேட்கும் போதே நாடி நரம்பெல்லாம் முறுக்கேறி, நாக்கு வெளியே வந்து, கைகால் வெலவெலத்து, வேர்த்து விறுவிறுத்து, பரபரத்து, பைத்தியம் பிடித்ததுபோல் பொருளை வாங்கத் தோன்றுவதைப் பாருங்கள்.

உங்கள் வி ளம்பரத்தில் இது போன்ற வார்த்தைகளைப் பிரயோகியுங்களேன். விளம்பரம் வாடிக்கையாளர்களை மயக்கி உங்கள் ப்ராண்டைக் கூடை கூடையாய் வாங்க வைத்து லாபம் ஓஹோவென்று பெருகும் அளவுக்கு வியாபாரம் வளரும்.

பிறகு நீங்களே வியாசர்பாடி முதல் வில்லிவாக்கம் வரை வீட்டு மனையாய் வாங்கிப் போட்டுக்கொண்டிருக்கலாம். எந்த இளிச்சவாயனாவது இதையெல்லாம் ஃப்ரீயாய் தருவானா என்று டீவியைப் பார்த்துக்கொண்டிருக்கவேண்டாம்!

□

17 பார்த்தவுடன் பிடிப்பது நன்மை, பார்க்க பார்க்க பிடிக்குமென்பதே உண்மை

சரிகிக்

ரஜேக்கி

கடிர்கா

நான்சோமோ

செபுலான்

வோர்பஸ்

ஸஜோன்க்

இதென்ன, பாவம் செய்பவர்களுக்கு கருட புராணத்தில் தரப்படும் தண்டனையின் பெயர்களா, அல்லது செய்யும் பாவங்களுக்கு இங்கேயே கழுவி ஊற்றும் புது வகை விரசமான வசவு வார்த்தைகளா?

இரண்டுமில்லை. இந்த வார்த்தைகள் எழுதப் பட்டிருந்தது அமெரிக்க பல்கலைக்கழக வகுப்பு போர்டில். ஒரு நாள் அல்ல. ஒவ்வொரு நாளும். ஆங்கிலத்தில் எழுதப்பட்ட புரியாத வார்த்தைகள். யார் எழுதினார்கள் என்றும் தெரியவில்லை. என்ன அர்த்தம் என்றும் புரியவில்லை. சில நாள் ஒரு வார்த்தை மட்டும் எழுதப்பட்டிருக்க மற்ற நாட்களில் இரண்டு, மூன்று வார்த்தைகள்

இருந்தன. ‘ஸஜோன்க்’ என்ற வார்த்தை மட்டும் பல நாட்கள் எழுதப்பட்டிருந்தது.

ஒன்பது வாரங்களுக்கு பிறகு மாணவர்களிடம் ஆய்வு நடத்தப் பட்டது. அனைவரிடமும் ஒரு லிஸ்ட் தரப்பட, அதில் பதினான்கு வார்த்தைகள் எழுதப்பட்டிருந்தன. யாருக்கும் எதுவும் புரியாத வார்த்தைகள். அதில் ஐந்து வார்த்தைகள் மட்டும் போர்டில் இருந்த வார்த்தைகள். லிஸ்ட்டில் இருந்த வார்த்தைகளில் எவை பிடித்திருந்தது என்று கேட்டபோது போர்டில் அடிக்கடிப் பார்த்த வார்த்தைகளை, பலர் தங்களுக்குப் பிடித்த வார்த்தைகள் என்றனர்.

இந்த ஆய்வை நடத்தியவர் ‘ரிக் க்ராண்டல்’ என்ற உளவியாளர். அடிக்கடிப் பார்க்கும் ஒன்று நம்மையறியாமல் பிடித்துப் போகிறது என்பதே இந்த ஆய்வு நமக்கு சொல்வது, அது என்ன என்று புரியாவிட்டாலும்.

சில பேரைப் பார்க்கப் பார்க்கத்தான் பிடிக்கும். சில பெயரைக்கூட பார்க்கப் பார்க்கத்தான் பிடிக்கும் போலிருக்கிறது!

பல காலம் இந்த விஷயத்தை ஆய்வு செய்யும் உளவியாளர்கள் இதை ‘வெறும் வெளிப்பாடு கோட்பாடு’ (Mere Exposure Principle) என்கின்றனர். ஒன்றை வெறுமனே அடிக்கடிப் பார்ப்பதன் மூலம்கூட அதைப்பற்றி நல்ல அபிப்ராயம் வளர்ந்து சில நேரங்களில் பிடிக்கச் செய்கிறது என்று விளக்கும் கோட்பாடு. அர்த்தம் இல்லாத வார்த்தைகளைக்கூட அடிக்கடிப் பார்த்ததால் மாணவர்களுக்கு அதன் மீது ஈர்ப்பு வந்துவிட்டது.

இந்தக் கோட்பாட்டின் முன்னோடியாகக் கருதப்படுபவர் ‘ராபர்ட் ஸஜோன்க்’. ‘மிஷிகன் பல்கலைக்கழகத்தில்’ ‘பி.எச்டி’ படித்து அதே கல்லூரியில் நாற்பது ஆண்டுகள் சமூக உளவியல் துறையில் பேராசிரியராக இருந்தவர். புரியாத வார்த்தைகளை விடுங்கள், சீன மொழியில் முறுக்குச் சுற்றியதுபோல் எழுதப்படும் வார்த்தைகளை அடிக்கடிப் பார்த்தவர்களுக்கு அது என்ன வார்த்தை, அதற்கு என்ன அர்த்தம் என்று தெரியாமலேகூடப் பிடிப்பதை ஆய்வுகள் மூலம் காட்டினார் ஸஜோன்க்.

படித்த மாத்திரம் ‘ஸஜோன்க்’ என்ற பெயர் உங்களுக்கு பிடித்திருக்குமே? ஏன் என்று புரிகிறதா? புரியாதவர்கள் இந்த அத்தியாயத்தை முதலில் இருந்து மீண்டும் ஒரு முறை படிக்கவும்.

இக்கோட்பாட்டின் ஆச்சரியமளிக்கும் பரிமாணத்தை விளக்கும் ஆய்வு அமெரிக்க மில்வாக்கி நகரில் நடத்தினார்கள் உளவியாளர்கள். ஆய்வில் பங்கு பெற்றவர்களின் ஃபோட்டோ எடுக்கப்பட்டது.

ரெகுலர் ஃபோட்டோவும், ரிவர்ஸ் முறையில் ஒரு ஃபோட்டோவும் எடுக்கப்பட்டன. ரிவர்ஸ் ஃபோட்டோ என்பது இடப்புற முகம் வலது புறமும் வலப்புற முகம் இடது புறமும் இடம் மாற்றப்பட்ட வகையில் அமைந்த ஃபோட்டோ.

இரண்டு படங்களும் ஃபோட்டோவில் இருப்பவருக்கும் அவர் நண்பர்களுக்கும் காட்டப்பட்டு எந்த முகம் பிடித்திருக்கிறது என்று கேட்கப்பட்டது. நண்பர்களுக்கு நார்மல் ஃபோட்டோ பிடிக்க முகத்தின் சொந்தக்காரருக்கு ரிவர்ஸ் ஃபோட்டோ பிடித்திருந்தது.

ஏன் என்று புரிகிறதா?

ரிவர்ஸ் ஃபோட்டோ கண்ணாடியில் முகம் எப்படி தெரியுமோ அது போன்றது. இதைத்தான் நாம் தினம் பார்க்கிறோம். இந்த முகமே நமக்கு பரிச்சயம். அதனால் இது நமக்குப் பிடிக்கிறது. நண்பர்கள் பார்ப்பது நம் முகம் இருக்கும் நார்மல் ஃபோட்டோ போல. அதை அவர்கள் தினம் பார்ப்பதால் அந்த முகம் அவர்களுக்குப் பிடிக்கிறது. 'வெறும் வெளிப்பாடு' கோட்பாடு வேலை செய்யும்விதம் புரிகிறதா?

வாழ்க்கையில் வியாபாரத்தில் முக்கிய முடிவெடுக்கவேண்டிய பல தருணங்களில் இக்கோட்பாட்டின் பாதிப்பைப் பார்க்க முடியும். பங்குச் சந்தையில் விளையாடுபவர்கள் தெரிந்த கம்பெனி ஷேர்களை வாங்கவே விரும்புவர். எவ்வளவுதான் சிறந்த கம்பெனியாக இருந்தாலும் தெரியாத பெயருள்ள கம்பெனி ஷேர்களை வாங்கத் தயங்குவார்கள்.

அரசியல்வாதிகள் தினம் செய்திகளில் தங்கள் முகம் அல்லது பெயர் இடம் பெற விரும்புவதும் இந்தக் கோட்பாட்டின் கைங்கர்யத் தாலேயே. ஏதேனும் ஸ்டண்ட் அடிப்பது, தடாலடியாக அறிக்கை விடுவது ஒன்றும் கிடைக்கவில்லை என்றால் அமாசாவாசை பௌர்ணமிக்குக்கூட மக்களுக்கு வாழ்த்துத் தெரிவிப்பது போன்றவை எல்லாம் எதற்கு என்று நினைக்கிறீர்கள்? தினம் தினம் தன் முகத்தை, பெயரை மக்கள் பார்க்கவைத்து தங்களைப் பிடிக்கும்படி செய்யலாம் என்ற அல்ப ஆசைதான்!

விளம்பரத்தில் இக்கோட்பாட்டின் தாக்கம் பற்றி ஆய்வுகள் செய்யப்பட்டிருக்கின்றன. மாணவர்களிடம் கம்ப்யூட்டரில் ஒரு கட்டுரை படிக்கச் சொல்லப்பட்டது. கம்ப்யூட்டர் ஸ்க்ரீனில் கட்டுரைக்கு மேலே சின்ன விளம்பரங்கள் ஃப்ளாஷ் ஆகிக் கொண்டே இருந்தன.

பிறகு மாணவர்களுக்கு சில விளம்பரங்கள் காட்டப்பட்டு அதில் எது

பிடித்திருந்தது என்று கேட்கப்பட்டது. கம்ப்யூட்டர் ஸ்க்ரீனில் பார்த்த விளம்பரங்களை மாணவர்கள் தங்களுக்குப் பிடித்த விளம்பரங்கள் என்று தேர்ந்தெடுத்தனர். வெறும் வெளிப்பாட்டின் இன்னொரு வெளிப்பாடுதான் இதுவும்!

ப்ராண்டை ஓரிரு தரம் பார்க்கும்போது மனம் அதை முதலில் ஒத்துக்கொள்கிறது. பார்க்கப் பார்க்க அதன் மீது ஈர்ப்பு வளர்கிறது. அடிக்கடிப் பார்க்கும்போது அதன் மீது பிரியம் வளர்ந்து அதைப் பற்றிய நல்ல அபிப்ராயம் தோன்றி அதை வாங்க மனம் விழைகிறது.

இப்படியெல்லாம் சொல்வதால் கோடி கோடியாய் விளம்பரத்துக்குச் செலவழித்தால்தான் ப்ராண்ட் விற்று, பிசினஸ் வளர்ந்து, தொழில் தழைக்கும் என்றில்லை. ப்ராண்டை வாடிக்கையாளர் அடிக்கடிப் பார்க்கவைத்து ப்ராண்ட் பற்றிய செய்தி அவரை அடிக்கடி அடைந்தால் கூடப் போதுமானது.

உங்கள் கம்பெனி இருக்கும் ஆபீஸ் அருகிலுள்ள பஸ் ஸ்டாண்டை முடிந்தால் ஸ்பான்சர் செய்யுங்கள். அதில் நல்ல முறையில் மேற்கூரை அமைத்து, அதில் உங்கள் ப்ராண்டின் படம், அதன் பயன்களை அழகாக எழுதி வையுங்கள். அந்த பஸ் ஸ்டாண்டில் நிற்கும் பஸ் நம்பர், அதன் வழித்தடம் போன்றவற்றை போர்டில் எழுதி வைத்து, பயணிகள் உட்கார சௌகரியமாக சேர்களை அமையுங்கள். வெகு சீக்கிரமே அந்த பஸ் ஸ்டாண்ட் உங்கள் ப்ராண்டின் பெயர் கொண்டே அழைக்கப்படலாம். பிறகென்ன, உங்கள் ப்ராண்ட் பரிச்சய லிஸ்ட்டில் சேர்ந்து பிரகாசமாய் அனைவருக்கும் தெரியத் துவங்கிவிடும்!

விளம்பரத்தை ஆழ அலசி, ஆராய்ந்து அறிவுக்கேற்றதா என்று அறிந்து பார்க்க வேண்டிய அவசியமில்லை என்பதையும் இக்கோட்பாடு விளக்குகிறது. ப்ராண்டை அடிக்கடிப் பார்க்கும் போது நம்மையறிமாமல் நம் மனதை ஈர்க்கிறது. அதனால்தான் மார்க்கெட்டிங்கில் எப்பேர்ப்பட்ட ப்ராண்டாக இருந்தாலும், அது எவ்வளவு திறனுடன் தயாரிக்கப்பட்டிருந்தாலும், வாடிக்கை யாளர்கள் கண்களில் பட்டுக்கொண்டு இருந்தால்தான் பயன்.

அவுட் ஆஃப் சைட் இஸ் அவுட் ஆஃப் மைண்ட் என்று கூறுவதைத் தான் நாம் ஏற்கெனவே பார்த்தோமே. கண்ணில் படாதிருந்தால் மனதில் படாமல் போகும்!

அதற்காக வெறுமனே விளம்பரம் எடுத்து ஏதோ விட்டேத்தியாய் வெளியிடாதீர்கள். ‘வெறும் வெளிப்பாடு’ கோட்பாட்டை அறிந்து புரிந்து விளம்பரம் செய்யுங்கள். வாடிக்கையாளர்கள் கண்ணில் படும்

வண்ணம் ப்ராண்டை வையுங்கள். இதைச் சரியாய் செய்யவில்லை என்றால் ப்ராண்டுக்கு கும்பிபாகம், தொழிலுக்கு கிருமிபோஜனம், கம்பெனிக்கு அந்தகூபம் விதிக்கப்படும் என்பதை மறந்து விடாதீர்கள்.

அய்யோ, மீண்டும் புரியாத அயல்நாட்டு பாஷைகளா என்று அலறாதீர்கள். இவை 'வெறும் வெளிப்பாடு' கோட்பாட்டை உணராமல் விளம்பரம் செய்பவர்களுக்கு கருட புராணத்தில் தரப்படும் தண்டனைகள்!

□

18 முடிவு பக்கவாதம் பக்காவாக தீர பிரமாதமான வழிகள்

நீங்கள் ஒரு டாக்டராம். உங்களிடம் தெரியாத்தனமாக 67 வயது பெரியவர் ஆர்த்ரைடிஸ் இடுப்பு வலியோடு வருகிறார். அவருக்கு எல்லா மருந்துகள் தந்தும் வலி தீரவில்லை. இருக்கும் ஒரே வழி, ஆபரேஷன். செய்யலாமா என்று யோசிக்கும்போது அதுவரை அவருக்கு தரப்படாத ஒரு மருந்து இருப்பது தெரிகிறது.

என்ன செய்வீர்கள்? தராத மருந்தைத் தந்து பார்ப்பீர்களா? செய்து ரொம்ப நாளாச்சு என்று ஆபரேஷன்தான் பண்ணுவேன் என்று அடம் பிடிப்பீர்களா?

இக்கேள்வியை பல டாக்டர்களிடம் கேட்டார்கள் 'டொனால்ட் ரெடில்மயர்' மற்றும் 'எல்டர் ஷாஃபிர்'. பதில்களை 'Journal of the American Medical Association'ல் அலசி 'Medical Decision Making in Situations That Offer Multiple Alternatives' என்ற ஆய்வுக் கட்டுரையாக எழுதினார்கள். ஆய்வில் 47% டாக்டர்கள் புதிய மருந்தைத் தந்து பார்ப்பேன், 'எதற்கு கத்தியைச் சாணைபிடித்து கிழவர் இடுப்பைக் கீறிக்கொண்டு' என்றனர்.

இதே கதையை சற்று மாற்றி வேறு சில டாக்டர்களிடம் 'ஆபரேஷன் ஒரு பக்கம் இருக்க,

இன்னும் தரப்படாத இரண்டு புதிய மருந்துகள் இருந்தால் என்ன செய்வீர்கள்' என்று கேட்டார்கள் ஆய்வாளர்கள்.

வயதான காலத்தில் பெரியவரை ஆபரேஷன் என்ற அவஸ்தைப் படுத்துவதற்கு பதில் இப்போது இரண்டு மருந்துகள் இருப்பதால் குணப்படுத்தும் வாய்ப்பு அதிகம், ஆக இரண்டில் ஒரு மருந்தைக் கொடுத்துப் பார்ப்பது பெட்டர் என்று தோன்றுகிறதா?

ஆனால் இம்முறை 28% டாக்டர்கள் மட்டுமே மருந்து தந்து குணப்படுத்த முயற்சிசெய்வேன் என்றனர்.

என்ன கண்றாவி இது? ஒரு மருந்து மட்டும் இருக்கும்போது ஆபரேஷன் வேண்டாம் என்று 47% டாக்டர்கள் மருந்தைத் தேர்ந்தெடுக்க, ஒன்றுக்கு இரண்டு மருந்துகள் இருக்கும்போது ஆபரேஷனைப் பெருவாரியான டாக்டர்கள் தேர்வு செய்வது ஏன்?

இதற்குக் காரணம் 'முடிவு பக்கவாதம்' (Decision Paralysis) என்கிறார்கள் ஆய்வாளர்கள். முடிவெடுக்க அதிக ஆப்ஷன்ஸ் இருக்கும்போது அவை என்னதான் நல்ல ஆப்ஷன்களாக இருந்தாலும் அதிகப்படியான ஆப்ஷன்களே முடிவெடுக்கவிடாமல் தடுத்து அப்போது இருக்கும் நிலையான status quo வையே தொடரச் செய்கிறது. அதாவது பக்கவாதம் வந்து, முடிவெடுக்க முடியாதது போன்ற நிலை!

ஷாப்பிங் செய்யும்போது சீக்கிரம் சோர்வடைவதை உணர்ந்திருப்பீர்கள். அது கடைகளை ஏறி இறங்கி அலைவதால் உண்டான உடல் அலைச்சல் என்று தானே நினைத்தீர்கள்? அதுதான் இல்லை. எதை எடுப்பது எதை விடுப்பது என்று கடையிலிருக்கும் அதிக ஆப்ஷன்களால் மனம் முடிவெடுக்க முடியாமல் திண்டாடி அதனாலேயே மனமும் உடலும் சோர்வடைகிறது.

ஒற்றை தூர்தர்ஷன் சேனல் மட்டும் இருந்தபோது முழு நேர வேலையாய் டீவி முன் உட்கார்ந்து 'கண்மணிப் பூங்கா' முதல் 'வயலும் வாழ்வும்' வரை மணிக்கணக்காய் பார்த்த நாம் இப்போது அதே டீவியில் ஐநூறு சானல்கள் மாற்றி மாற்றி எதைப் பார்ப்பது என்று புரியாமல் 'சே ஒரு எழவும் நல்லா இல்ல' என்று போய் போர்த்திக்கொண்டு படுப்பதும் 'முடிவு பக்கவாதத்தின்' கைங்கர்யத்தால்தான்!

'முடிவு பக்கவாதத்தை' விளக்கும் இன்னொரு ஆய்வு அமெரிக்காவில் நடந்தது. ஒரு கடையில் ஆறு ஜாம் பாட்டில்கள் வைக்கப்பட்டு வாடிக்கையாளர்கள் அதை டேஸ்ட் செய்து

வாங்கலாம் என்று கூறப்பட்டது. பலர் வாங்கியும் சென்றனர். மறு நாள் அதே இடத்தில் 24 ஜாம் பாட்டில்கள் வைக்கப்பட்டு டேஸ்ட் செய்து வாங்கலாம் எனப்பட்டது. இம்முறை வாங்கியவர்கள் வெகு குறைவு. என்ன பெரியதாய் குறைவு என்று தானே கேட்கிறீர்கள்?

24 பாட்டில் இருந்தபோது வாங்கியவர்களைவிட 6 பாட்டில்கள் மட்டும் இருந்துபோது வாங்கியவர்கள் 10 மடங்கு அதிகம். 10 மடங்கு! ஆப்ஷன் அதிகமாக முடிவெடுக்க முடியாமல் மனம் திணறுவது புரிகிறதா?

இதை வாழ்க்கையின் ஒவ்வொரு நாளும் ஒவ்வொரு நிலையிலும் சந்திக்கிறோம். ஆனால் உணர்வதில்லை, அவ்வளவே. ஹோட்டலுக்கு நண்பர்களோடு செல்கிறீர்கள். என்ன சாப்பிடுவது என்று தெரிந்தாலும் சர்வரிடம் 'என்னப்பா இருக்கு' என்று கேட்கிறீர்கள். அவர் ஒரே மூச்சில் உங்களுக்குத் தெரிந்த, தெரியாத, புரிந்த, புரியாத, அறிந்த, அறியாத ஐட்டங்களை வர்தா புயல் போல் கடகடவென்று கொட்டுகிறார். புயலில் சிக்கிய மரம் போல் ஆடி போய் ஒன்றும் புரியாத நீங்கள் எதைத் தின்பது என்று குழம்பிப் போய் நண்பரிடம் 'நீ என்னப்பா சாப்பிடற' என்று கேட்டு அவர் கூறுவதை சர்வரிடம் கூறி எனக்கும் அதையே கொடுப்பா என்று சொல்வதும் முடிவு பக்கவாதமே!

திருமணத்துக்குப் பெண் தேடும்போதும் பலரை இக்கோட்பாடு பீடித்திருப்பதைப் பார்த்திருக்கலாம். ஒன்றிரண்டு பெண்களின் ஃபோட்டோ மட்டும் தரப்படுபவர்கள் ஏதோ ஒருவரைப் பார்த்தோம், செலக்ட் செய்தோம், திருமணம் பண்ணித் தொலைப்போம் என்று முடிவு செய்வார்கள். ஆனால் கையில் கல்யாண ப்ரோக்கர் கணக்காய் ஆயிரத்தெட்டு ஃபோட்டோக்களை வைத்திருப்பவர்கள் அவர்கள் உடம்புக்கே பக்கவாதம் வரும்வரை யாரை தேர்வு செய்வது என்று முடிவெடுக்க முடியாமல் திணறுவார்கள்.

முடிவு பக்கவாதம் என்னவோ டாக்டர்களையும், ஜாம் பாட்டில் வாங்குபவர்களையும், பெண் பார்ப்பவர்களையும் மட்டுமே வாட்டும் பிரச்னை என்று நினைக்காதீர்கள். வாழ்க்கை முதல் வியாபாரம் வரை முடிவெடுக்கும் தருணம் அனைத்திலும் தன் கைவரிசையைக் காட்டும் கோட்பாடு இது.

உங்கள் ப்ராண்டுக்குப் புதிய பத்திரிகை விளம்பரம் டிசைன் செய்யும் படி விளம்பர ஏஜென்சியிடம் கேட்கிறீர்கள். அது பத்தாதென்று 'நாலஞ்சு டிசைன் செஞ்சு எடுத்துட்டு வாங்க, நல்லா இருக்கறத செலக்ட் செய்றேன்' என்கிறீர்கள். விளம்பர ஏஜென்சி பல

டிசைன்களுடன் வர அனைத்தையும் ரூம் போட்டு யோசிக்கிறீர்கள். இன்னும் கொஞ்சம் யோசிக்கிறீர்கள். யோசித்துக்கொண்டே இருந்து முடிவெடுக்க முடியாமல் 'இருக்கும் பழைய டிசைனே தேவலை, அதே இருக்கட்டும்' என்று பழைய குருடியை கதவைத் திறந்து வரவேற்று 'விளம்பர ஏஜென்சி தண்டம், அவங்க தந்த டிசைன் ஒன்று கூட நல்லா இல்ல' என்று உங்களைப் பீடித்திருக்கும் முடிவு பக்கவாத வியாதியை மறைத்து அவர்களைப் பழிக்கிறீர்கள்.

'ஆப்ஷன்ஸ் அதிகமாகும்போது மனம் சுமைப்படுத்தப்பட்டு முடிவெடுக்க முடியாது திணறுகிறது. அதிக ஆப்ஷன்கள் மனதை விடுவிப்பதில்லை, கட்டுப்படுத்துகிறது. பலப்படுத்துவதில்லை, பலவீனப்படுத்துகிறது' என்கிறார் 'பேரி ஷ்வார்ட்ஸ்' என்ற உளவியாளர். இவர் எழுதிய புத்தகத்தின் தலைப்பு The paradox of Choice. தேர்வு செய்வதன் முரண்பாடு!

வீட்டிலோ வியாபாரத்திலோ முடிவெடுக்க வேண்டிய சூழ்நிலை வந்து தேர்ந்தெடுக்க ஏகப்பட்ட ஆப்ஷன்கள் இருக்கும்போது முடிவு பக்கவாதம் தாக்கும் என்பதை முதற் காரியமாக உணருங்கள். ஆனானப்பட்ட டாக்டர்களையே ஒன்றுக்கு இரண்டு மருந்துகள் போட்டு பாடாய்ப்படுத்திக் குழப்புகின்றன என்றால் நீங்களும் நானும் இந்த வியாதியிலிருந்து விடுபட வழி இருக்கிறதா?

இருக்கிறது. முடிவு பக்கவாதத்தைப் பக்காவாக போக்க பலே ஐடியாக்கள் தரும் ஒரு நான்கு, ஐந்து புத்தகங்களின் பெயர்களை என்னால் தர முடியும். ஆனால் அதில் எதை வாங்குவது, எதை படிப்பது என்று முடிவெடுக்க முடியாமல் மீண்டும் முடிவு பக்கவாதம் வந்து உங்களை பாடாய்ப்படுத்தும். எதற்கு உங்களுக்கு அந்தக் கஷ்டம். பேசாமல் நானே சில ஐடியாக்களை விலாவரியாய் விளக்குகிறேன்.

தேர்ந்தெடுக்க ஆப்ஷன்கள் இருப்பது நமக்கு அளிக்கப்படும் வரம் போலத் தெரியும். ஆனால் அதிலிருந்து ஒன்றைத் தேர்வு செய்யும் சோதனை நமக்கிடப்படும் சாபம்!

இந்த வியாதியிலிருந்து விமோசனம் உண்டா? உண்டு. உங்கள் அணுகுமுறையில் சில மாற்றங்களைச் செய்ய நீங்கள் தயாராய் இருந்தால் முடிவெடுக்கும் பிரச்னைக்கு முடிந்தவரை முடிவு கட்டி முடிக்க முடியும்! முடிவெடுக்க வேண்டிய வேலை அதை முடிக்கத் தரப்படும் நேரத்துக்கு ஏற்ப விரியும் தன்மை கொண்டது. இதற்கு 'பார்கின்ஸன் விதி என்று பெயர். ஒரு வேலையை முடிக்க எத்தனை நேரம் தரப்படுகிறதோ அத்தனை நேரத்தை எடுப்போம்.

முடிவெடுப்பதும் ஒரு வேலைதானே. அரை நாளுக்குள் முடிவெடுக்கவேண்டும் என்றால் அரை நாள் எடுப்போம். அதே முடிவை மூன்று நாட்களுக்குள் முடிவெடுக்கவேண்டுமென்றால் மூன்றாவது நாள் முடிவில் முடிவெடுப்போம்.

கடைசி நேரம் வரை காத்திருந்து முடிவெடுக்கும்போது முடிவு பக்கவாத வியாதி இன்னும் முற்றிப்போய் நம்மைப் பாடாய்ப்படுத்தும். அதனால் முடிவெடுக்க ஒரு நேர காலத்தை வரையறுத்து அதற்குள் முடிவெடுக்கவேண்டும் என்று கங்கணம் கட்டி முடிவெடுப்பது உசிதம். கடைசி நேரம் வரை வைத்துச் செய்ய நினைத்தால் அத்தனை ஆப்ஷன்களும் அமோகமாக நம்மைச் சேர்த்து வைத்து செய்யும்!

முடிவெடுக்க முடியாது தவிக்க ஒரு முக்கிய காரணம், இருக்கும் ஆப்ஷன்கள் அனைத்துமே முக்கியம் என்பதுபோல் நமக்குத் தோன்றுவதால். உங்கள் ப்ராண்டுக்குப் பத்திரிகை விளம்பரம் டிசைன் செய்யும் போது உங்கள் ப்ராண்ட் பற்றிய அனைத்து தகவல்களும் அவசியம் போல் தோன்றி அனைத்தையும் எப்படியாவது விளம்பரத்தில் நுழைக்கத்தான் மனம் நினைக்கும். அப்படிச் செய்யும் போதுதான் பத்திரிகை விளம்பரம் டெண்டர் விளம்பரம் போல் மாறி கடுகு தாளித்துக் கொட்டியதுபோல் பார்க்கவே கண்றாவியாய் இருக்கிறது.

எதற்கு விளம்பரம், எந்த விஷயத்தைச் சொல்ல விரும்புகிறோம் என்பதை முதலில் தெளிவாகப் புரிந்துகொண்டு பிறகு முடிவெடுக்க ஆரம்பியுங்கள். அப்படிச் செய்யும்போது தேவையானவை மட்டுமே கண்ணில் படும். தேவையற்றவை, அதிமுக்கியமில்லாத ஆப்ஷன்களை ஒதுக்கித் தள்ளமுடியும். ஈசியாக முடிவெடுக்க முடியும்!

டீஷர்ட் போல் முடிவெடுப்பதிலும் ஸ்மால், மீடியம், லார்ஜ் என்று அதன் முக்கியத்துக்கேற்ப அளவு உண்டு. முடிவின் முக்கியத்துவத்துக்கு ஏற்ப நேரத்தை, முயற்சியைச் செலவழிப்பதே புத்திசாலித்தனம். திருமண ஏற்பாட்டுக்கு ஏகப்பட்ட நேரத்தைச் செலவழிக்கும் பலர் திருமணத்துக்கு மணமகள் மணமகள் செலவழிப்பதில் நேரத்தைச் செலவழிக்காமல் இருப்பதால்தான் விவாகரத்துகள் பெருகி வருகின்றன. இதை உணர்ந்தால் முடிவெடுக்கும் விஷயத்தின் வீரியத்துக்கு ஏற்ப நேரம், முயற்சி செலவழிக்கும் முக்கியத்துவம் புரியும்.

எடுக்கும் முடிவால் ஏற்படும் விளைவுகள் எத்தகையவை? முடிவு தவறாகிப் போனால் அதிகபட்சம் என்ன ஆகும்? இதை உணர்ந்து

அதற்கேற்ப முடிவெடுக்க முயற்சிப்பது உசிதம். டீவி விளம்பரம் எடுக்கும்போது அதிகம் சிந்திக்கவேண்டும். ஏனெனில் ஏதோ எடுத்தோம், எங்கோ ஒளிபரப்பினோம் என்று இருக்க முடியாது. ஆனால் எந்த டீவி சேனலில் ஒளிபரப்புவது என்பது அதைவிடச் சிறிய முடிவே. தவறாகிப் போனால் திருத்திக்கொள்ளமுடியும்.

பள்ளி பரீட்சையில் மல்டிபில் சாய்ஸ் என்ற ஒன்று உண்டே, ஞாபகம் இருக்கிறதா? கேள்விக்கு நான்கு பதில்களை தந்து அதில் எது சரியான பதில் என்று டிக் செய்யும் வகை. அதை எப்படி அணுகினோம் என்று யோசித்துப் பாருங்கள்.

தரப்பட்ட நான்கு ஆப்ஷன்களில் எது கண்டிப்பாகத் தவறு என்று நினைத்தோமோ அதை முதலில் ஒதுக்கினோம். பின் மீதமுள்ள ஆப்ஷன்களை மட்டும் யோசித்து டிக் செய்தோம். வாழ்க்கையிலும் வியாபாரத்திலும்கூட முடிவெடுக்கும் சூழ்நிலைகளில் பல ஆப்ஷன்கள் இருக்கும். முதல் காரியமாக அதில் தவறான அல்லது சரியில்லாத ஆப்ஷன்கள் எவையோ அவற்றை ஒதுக்குங்கள். மீதமுள்ள ஆப்ஷன்களை அலசுவது கொஞ்சத்துக்குக் கொஞ்சம் எளிதாவதை உணர்வீர்கள்.

ஹோட்டலில் தனியாய் சென்று சாப்பிட உட்கார்ந்து சர்வரிடம் தெரியாத்தனமாக 'என்னப்பா இருக்கு' என்று கேட்கிறீர்கள். அவர் கடகடவென்று ஏகப்பட்ட ஐட்டங்களை அடுக்குகிறார். எதை ஆர்டர் செய்வது என்று புரியாமல் அவரிடமே 'நீங்களே எது நன்றாக இருக்கும் என்று சொல்லுங்கள்' என்று கேட்கிறீர்கள். நீங்கள் அறியாத, ஊர் பெயர் தெரியாத ஒருரிடம் முடிவெடுக்க உதவி கேட்கிறீர்கள். ஏன்?

ஏனெனில் நம்மைவிட அவருக்கு அந்த ஐடங்களைப் பற்றியும் அதன் தரம், சுவையைப் பற்றியும் அதிகம் தெரியும் என்று நாம் நினைப்பதால். தான் சொன்னது சரியில்லை என்றால் நீங்கள் கோபப் படுவீர்கள் என்பது அவருக்குத் தெரிந்திருப்பதால். உங்களுக்குத் திருப்தியில்லையென்றால் டிப்ஸ் தரமாட்டீர்கள் என்று அவர் அறிந்திருப்பதால். இத்தனை இருப்பதால் நல்லதையே அவர் சொல்வார் என்று நீங்கள் நம்புவதால்.

முடிவெடுக்கும் பொறுப்பு உங்களுடையதென்றாலும் அவருடைய ஆலோசனையைப் பெறுகிறீர்கள். இதை உங்கள் ஊழியர்களிடம் செய்யலாமே. எல்லா முடிவுகளையும் நீங்களே எடுக்க முயற்சிப்பதால்தான் முடியமாட்டேன் என்கிறது; முடியைப் பிய்த்துகொள்ள வேண்டியிருக்கிறது; முக்கால்வாசி முடிவுகள்

தவறாகியும் போகிறது. எதைப் பற்றி முடிவெடுக்க வேண்டுமோ அத்துறையை, அதைச் சார்ந்த ஊழியர்களின் உதவியை நீங்கள் நாடலாமே. இருக்கும் ஆப்ஷன்களை அலசும் அறிவும் அனுபவமும் உங்களைவிட அவர்களுக்கு அதிகமென்றால் அவர்கள் அறிவுரையை நீங்கள் நாடலாமே. தெரியாத சர்வர் பேச்சைக் கேட்டு நடக்கும் நீங்கள் உங்கள் ஊழியர் பேச்சைக் கேட்டால் குறைந்தா போவீர்கள்.

முக்கிய முடிவெடுக்கவேண்டிய விஷயங்களில் உங்களுக்கு உதவ அனுபவம் வாய்ந்த ஆலோசகரை அமர்த்திக்கொள்வதும் நலம். எனக்கு எல்லாம் தெரியும் என்று எல்லா விஷயங்களிலும் முடிவெடுப்பேன் எனும்போதுதான் முயலுக்கு மூன்று காலாகி எடுக்கும் முடிவு கால் இடறி முறிந்துபோகிறது.

தலை என்று ஒன்று இருந்தால் தலைவலி வந்தே தீரும் என்பதுபோல் முடிவெடுக்கும் தருணங்களில் முடிவு பக்கவாதம் என்ற நோய் வந்தே தீரும். இதை முழுவதுமாய் நிவர்த்திசெய்ய முடியாவிட்டாலும் வியாதியின் வீரியத்தைக் குறைக்க வெகுவாக முடியும். குறைக்கவேண்டும் என்று முடிவெடுத்தால் முடியும்!

□

19 நீங்க ஒரு தரம் சொன்னா மற்றவர் அதை நூறு தரம் செய்யவைக்கும் வழி

தன் பேச்சை மற்றவர்களைக் கேட்கச் செய்யும் திறமை சிலருக்கு மட்டுமே இருக்கிறது என்று நினைக்கிறோம். சாதுர்யமாகப் பேசி, சமயோஜிதமாக நடந்து தாங்கள் சொல்வதற்கு மற்றவர்களை இணங்கவைப்பது ஒரு சிலருக்கு மட்டும் வாய்க்கும் கலை என்று நம்புகிறோம்.

மற்றவர்களை உங்கள் பேச்சுக்கு, செயலுக்கு இணங்கச் செய்வதை ஆங்கிலத்தில் Persuasion என்பார்கள். இது கலையல்ல; சாட்சாத் அறிவியல் என்கிறார்கள் சமூக உளவியலாளர்கள். பர்சுவேஷன் என்பது அறிவியல் என்பதால் அதை சரியாய் அறிந்து, முறையாய் கற்றால் மற்றவர்களை உங்கள் சொல்படி, நீங்கள் விரும்பும்படி நடந்துகொள்ளச் செய்யமுடியும் என்கிறார்கள்.

Persuasion is science என்பதை உளவியலாளர்கள் உலகெங்கும் பல ஆய்வுகள் மூலம் விளக்கி இருக்கிறார்கள். ஐம்பது வருடங்களாக பர்சுவேஷன் பற்றி அறிவியல் பூர்வமான ஆய்வுகளும் அறிக்கைகளும் வெளியிடப்பட்டிருந்தாலும் அவை பெரும்பாலும் உளவியலாளர்கள் மட்டுமே படித்து அவர்கள் உலகுக்குள்ளும் அவர்களுக்கு மட்டும்

புரியும்படியே அடங்கியிருந்தது. இப்போதுதான் அந்த உண்மைகள் கொஞ்சத்துக்குக் கொஞ்சம் 'ஜனரஞ்சக உளவியல்' (Popular Psychology) என்ற இயலாய் மலர்ந்து 'அட, இதை நாமும் பயன் படுத்திப் பயனடையலாம் போலிருக்கிறதே' என்று சாமனியர்கள் கூட நினைக்கும் அளவுக்கு விழிப்புணர்வு வளர ஆரம்பித்திருக் கிறது.

அறிவியல்பூர்வமாக நிரூபிக்கப்பட்ட பர்சுவேஷன் வியூகங்களைக் கற்றுக்கொள்வதன் மூலம் மற்றவர்களை உங்கள் பேச்சைக் கேட்டு நடக்கவைக்கும் திறமையை வளர்க்க முடியும் என்பதை ஓர் ஆய்வின் மூலம் பார்ப்போம்.

ஹோட்டலில் தங்குபவர்கள் பாத்ரூம் துண்டை ஒரு முறை பயன்படுத்திவிட்டுத் துவைக்கப் போடுகின்றனர். அப்படிச் செய்யாமல் மறுமுறையும் அதே துண்டைப் பயன்படுத்துவதன் மூலம் அதைத் துவைக்கத் தேவையான தண்ணீர், மின்சாரம் முதலியன சேமிக்கப்படுகின்றன. மேலும் ஒவ்வொரு முறையும் துவைக்கும் போது சலவை சோப்பிலிருந்து வெளியாகும் மாசுப் பொருட்களால் சுற்றுப்புறச் சூழல் பாதிக்கப்படுவதால் துவைப்பது குறையும்போது சுற்றுப்புற சூழல் பாதிப்பும் குறைகிறது.

இதைத் தங்குபவர்கள் கவனத்துக்குக் கொண்டுவரும் நோக்கில் ஹோட்டல் நிர்வாகங்கள் 'துண்டை ஒரு முறை மட்டும் பயன் படுத்தித் துவைக்கப்போடாமல் மீண்டும் அடுத்த நாள் பயன் படுத்துவதன் மூலம் தண்ணீரும் மின்சாரமும் மிச்சப்படுத்தப்பட்டு, சுற்றுப்புறச் சூழலுக்கு விளையும் கேடு குறைகிறது, சுற்றுப்புறச் சூழலைப் பாதுகாக்கும் அரிய பணியில் சேருங்கள்' என்று ஹோட்டல் ரூம்களில் கார்டுகளில் எழுதி வைக்கிறது.

உங்களை ஒன்று கேட்கிறேன். நீங்கள் தங்கும் ஹோட்டல் ரூமில் இப்படி எழுதி வைத்திருந்தால் துண்டை ஒரு முறைக்கு மேல் பயன்படுத்துவீர்களா?

படுத்துவேன் என்று நீங்கள் கூற நினைத்தாலும் நிஜமாகவே பயன்படுத்துவீர்களா? எத்தனை பேர் பயன்படுத்துவார்கள் என்று நினைக்கிறீர்கள்?

எதற்குக் குறை, பர்சுவேஷன் வியூகங்களைப் பயன்படுத்தி பார்த்து விட்டால் போகிறது என்று ஹோட்டல்களுக்குப் படையெடுத் தார்கள் சமூக உளவியலாளர்கள். சில ஹோட்டல் அறைகளில் மேலே பார்த்த செய்தியுடன் மேலும் ஒரு வாக்கியத்தைச் சேர்த்தார்கள். 'இந்த ஹோட்டலில் தங்கியவர்களில் பலர் துண்டை மறுமுறை பயன்படுத்தினார்கள். நீங்களும் செய்யுங்களேன்' என்று.

என்ன ஆனது?

பொதுவாக ஹோட்டல்களில் தங்குபவர்கள் துண்டுகளை மறுமுறை பயன்படுத்தும் அளவைவிட இருபத்தி ஆறு சதவீதம் பேர் துண்டுகளை மறுமுறை பயன்படுத்தியிருந்தார்கள்.

சுற்றுப்புறச் சூழலின் மீது எதற்கு இந்த திடீர் பாசம்?

இதை சமூக ஆதார கோட்பாடு (Social Proof Principle) என்கிறார்கள் உளவியலாளர்கள். ஒரு விஷயம் சரியா, தவறா என்று தெரியாத போது மற்றவர்கள் எது சரி என்கிறார்களோ, எதைச் செய்கிறார்களோ அதுவே சரி என்று நினைக்கிறோம். பலர் சரி என்று சொன்னால் அது சரியாய்தான் இருக்கும் என்று நம்புகிறோம். பலர் ஒன்றைச் செய்தால் அதுவே சரி என்று எண்ணுகிறோம். இதுவே சமூக ஆதாரக் கோட்பாடு. இக்கோட்பாட்டை எங்கேயோ, எப்போதோ படித்ததுபோல் இருக்கிறதே என்று ஒருவேளை நீங்கள் நினைத்தால் உங்களுக்கு அமர்களமான வாழ்வும், ஆறு ஆதார் கார்டும், அடுத்த பிறவியில் அரசாளும் தகுதியும் அமைய வாழ்த்துகிறேன். 'பிசினஸ் சைக்காலஜி' என்ற என் புத்தகத்தில் அடியேன் எழுதிய மேட்டர்தான் இது. இன்னும் கொஞ்சம் ஆழமாக அறிவோமே என்று இந்த அம்சத்தை மீண்டும் இப்புத்தகத்தில் அலசுகிறேன்!

ஆய்வுக்கு வருவோம். மற்றவர்கள் துண்டை மறுமுறை பயன் படுத்துகிறார்கள் என்ற செய்தி நாமும் பயன்படுத்துவோம் என்று பலரை நினைக்க வைத்திருப்பதைக் கவனியுங்கள். கேட்டு நடந்துகொள்ளும்விதத்தில் ஒரு சிறிய மாற்றம் செய்யும் போது மற்றவர்களை அதற்கு இணங்கச் செய்வது எளிதாவதை உணருங்கள்.

சமூக ஆதாரக் கோட்பாட்டின் இன்னொரு பரிமாணத்தையும் பார்ப்போம். மற்றவர்கள் செய்கிறார்கள் என்று ஒன்றைச் செய்கிறோம், ஓகே. எந்த மற்றவர்கள் சொல்வதை அதிகம் கேட்போம்?

இக்கேள்விக்கு விடைதெரிய நாம் ஏன் மண்டையை உடைத்துக் கொண்டு. இதற்கும் விடையை அதே உளவியலாளர்கள் அதே ஹோட்டல் ஆய்வின் அடுத்த கட்டம் மூலம் விளக்குகிறார்கள்.

சுற்றுப்புறச் சூழல் கெடாமல் இருக்கும் அவசியத்தையும், ஹோட்டலில் மற்றவர்கள் துண்டை மறுமுறை உபயோகிக் கிறார்கள் என்ற செய்தியை சில ரூம்களில் எழுதி வைத்தார்கள் என்று பார்த்தோம் இல்லையா. வேறு சில அறைகளில் அதோடு இன்னொரு வாக்கியத்தைச் சேர்த்து எழுதி வைத்தார்கள் 'இந்த அறையில் உங்களுக்கு முன்னால் தங்கியிருந்தவர்களில் பலர் ரூமில் தரப்படும் துண்டை மறுமுறை பயன்படுத்தியிருக்கிறார்கள்'.

புரிகிறதா? அதே ஹோட்டலில் தங்கியவர்கள் பலர் மறுமுறை துண்டைப் பயன்படுத்தினார்கள் என்று சில அறைகளிலும், அதே அறையில் அதற்கு முன் தங்கியிருந்தவர்கள் துண்டை மறுமுறை பயன்படுத்தினார்கள் என்று மற்ற அறைகளிலும் எழுதிவைத்தார்கள். ஹோட்டலில் யாரோ செய்ததற்கும் தான் தங்கும் அதே அறையில் தங்களுக்கு முன் தங்கியிருந்தவர்கள் செய்ததற்கும் வித்தியாசம் இருக்கிறதா என்று தெரிந்துகொள்ளும் முயற்சி இது.

வித்தியாசம் இருந்ததா?

பேஷாக! ஹோட்டலில் தங்கியிருந்தவர்கள் துண்டை மறுமுறை பயன்படுத்தினார்கள் என்று படித்து மறுமுறை பயன்படுத்திய வர்களைக்காட்டிலும் அதே அறையில் தங்கியிருந்தவர்கள் மறுமுறை பயன்படுத்தியதைப் படித்து அதே போல் ரூமில் இருந்த துண்டுகளை மறுமுறை பயன்படுத்தியவர்கள் முப்பத்தி மூன்று சதவீதம் அதிகம் என்பதைக் கண்டுபிடித்தார்கள்.

அதே ஹோட்டல்களில் வேறெங்கோ தங்கியவர்கள் செய்வதைவிட இதே அறையில் தங்கியிருந்தவர்கள் செய்தால் அது நம்மை இன்னமும்கூட இணங்கச் செய்வதைக் கவனியுங்கள்!

எதனால் இது?

நம் வாழ்க்கை, நம் சூழ்நிலை, நம்மைப் போன்றவர்கள் சொல்வதற்கேற்ப, நடந்துகொள்வதற்கேற்ப நாம் நடக்க முயற்சி செய்கிறோம் என்கிறார்கள் உளவியலாளர்கள். பொருளாதாரத்தில் நோபல் பரிசு பெற்ற 'ரிச்சர்ட் தேலர்' இந்த உளவியல் உண்மையை இங்கிலாந்து அரசாங்கத்துக்கு அறிவுறுத்தி அந்நாட்டு மக்களுக்கு 'உங்கள் அடுத்த வீட்டுக்காரர்கள் முறையாக வரிகட்டிவிட்டார்கள், நீங்களும் கட்டுங்களேன்' என்று கடிதம் எழுத வைத்துப் பெருவாரியாக வரி வசூலித்த கதை உலகப் பிரசித்தம்.

மற்றவர்கள் பேசும், நடந்துகொள்ளும் விதம் உங்கள் நடத்தையைப் பாதிக்கிறதா என்று கேட்டால் இல்லவே இல்லை என்று பலர் மறுப்பதைக் கேட்டிருப்பீர்கள். நீங்களேகூட அப்படி நினைத்திருப்பீர்கள். அது உடான்ஸ் என்று இப்போது புரிகிறதா?

சமத்தான ப்ராண்டுகள் இந்த உண்மையைச் சாமர்த்தியமாகத் தன் விளம்பரங்களில் பயன்படுத்தி வெற்றி பெறுகின்றன. அப்படி ஒரு ப்ராண்ட் 'அஸ்வினி' ஹேர் ஆயில். அதன் விளம்பரங்களை டீவியில் பார்த்திருப்பீர்கள். ரொம்பவே சாதாரணமாய் தெரியும் பெண் ஒருவர் விளம்பரத்தில் தோன்றி தன் தலை முடியில் இருந்த பிரச்னை ஒன்றைக் கூறி தனக்குத் தெரிந்த ஒருவர் அஸ்வினி ஹேர் ஆயில்

பற்றிச் சொன்னதாகவும் அதை வாங்கிப் பயன்படுத்தியபின், தன் முடிப் பிரச்னை முழுவதுமாகத் தீர்ந்ததாகவும் விளக்குவார்.

விஷயம் அவர்கள் சொல்லும் ப்ராண்டோ அல்லது அவர்கள் விளக்கும் பிரச்னையோ அல்ல. விளம்பரத்தில் தோன்றி நடிக்கும் அந்தப் பெண்தான் விஷயமே!

அடுத்த முறை அந்த விளம்பரங்களில் வரும் பெண்களைக் கவனியுங்கள். மற்ற விளம்பரங்களில் வரும் பெண்களைப்போல் அவர்கள் கொள்ளை அழகெல்லாம் கிடையாது. இன்னும் சொல்லப் போனால் அழகெல்லாம் அப்படி ஒன்றும் இருக்காது. அநியாயத்துக்கு சாதாரணமாய் இருப்பார்கள். அவர்கள் அணிந்திருக்கும் உடைகள் விளம்பரங்களில் பெண்கள் அணியும் ஆடைகள் போலில்லாமல் ஏதோ வீட்டில் இருக்கும்போது பொதுவாக பெண்கள் அணியும் ட்ரெஸ் போலவே இருக்கும். அவர்கள் இருக்கும் வீடுகூட நடுத்தர வகுப்புத்தனமாய் இருக்கும். ஏன், இத்தனை சாதாரணத்துவம்?

விஷயமே அதுதானே!

சாதாரண வீட்டிலுள்ள சாதாரண ட்ரெஸ் அணிந்திருக்கும் ஒரு சாதாரண பெண்ணை விளம்பரத்தில் பார்க்கும் பெண்கள் யார்? அவர்களும் சாதாரணமானவர்கள் தானே. அனைவருமா விளம்பர மாடல்கள்போல் இருக்கிறார்கள். தன்னைப் போலவே இருக்கும் பெண் ஒருவருக்கு எனக்குள்ள பிரச்னை இருக்கிறதே. அவருக்கு இந்த ப்ராண்ட் உதவியது என்றால் எனக்கும் கண்டிப்பாய் உதவும் போல் இருக்கிறதே என்று மனம் நினைக்கும். கால் கடைக்கு நடக்கும். கை காசு கொடுத்து வாங்கும். எதை?

வேறு எதை, அஸ்வினி ஹேர் ஆயிலைத்தான்!

நான் முடிவு பண்ணிட்டேன்னா என் பேச்சை நானே கேட்க மாட்டேன் என்ற பன்ச் டயலாக்கில் ஒரு சின்ன திருத்தம். மற்றவர்கள் முடிவு பண்ணிட்டாங்கன்னா என் பேச்சை நானே கேட்கமாட்டேன். இது தான் உண்மை!

நான் சொல்வதை யாரும் கேட்பதில்லை, என் பேச்சுக்கு இணங்க மறுக்கிறார்கள் என்று இனியும் சொல்லிக்கொண்டு திரியாதீர்கள். பர்சுவேஷன் உளவியலைப் புரிந்துகொள்ளுங்கள், அதன்படி நடக்க முயற்சி செய்யுங்கள். பிறகு பாருங்கள். நீங்க ஒரு தடவை சொன்னா அதை மற்றவர் நூறு தடவை செய்வார்கள்!

□

20 விருப்ப விதியும் திரும்ப திரும்ப சொல்வதும்

ஹோட்டலுக்குச் சென்று சாப்பிட்டுவிட்டு சர்வருக்கு டிப்ஸ் தருவீர்களா?

தரவில்லையென்றால் பரவாயில்லை. பில்லுக்குப் பணம் தந்துவிட்டுக் கிளம்புகிறீர்களே, அதுவரை ஷேமம். நீங்கள் சர்வருக்கு டிப்ஸ் தருகிறீர்களோ இல்லையோ அவர் உங்கள் வியாபாரத்துக்கு டிப்ஸ் தருகிறார் என்பது உங்களுக்குத் தெரியுமா? ஒருவேளை நீங்கள் அதைக் கவனிக்கத் தவறியிருந்தால் இந்த அத்தியாயம் உங்களுக்கு!

'ரிக் வான் பாரன்' மற்றும் அவர் சக சமூக உளவியலாளர்கள் செய்த ஆய்விலிருந்து ஆரம்பிக்கிறேன். ஹோட்டலில் ஆர்டர் செய்யும் போது சில சர்வர்கள் கஸ்டமர் கூறும் ஆர்டரை எழுதி மீண்டும் ஒருமுறை அவருக்கே திரும்பச் சொல்வது எதனால் என்று ஆராய்ந்தனர்.

நீங்களேகூடப் பார்த்திருப்பீர்கள். ஆர்டர் செய்த பின் சர்வர்கள் உங்களிடம் நீங்கள் ஆர்டர் செய்ததை மொத்தமாய் ஒருமுறை கூறிவிட்டுச் செல்வதை.

யோசித்துப் பாருங்கள். ஆர்டரை வாங்கிவிட்டு சர்வர் நம்மை விட்டு நகர்ந்த உடன், சில நேரங்களில் நமக்கே சந்தேகம் வரும். ஆர்டரை சர்வர் சரியாகக் காதில் வாங்கினாரா. ஆனியன்

தோசை, காரட் அல்வா என்று கேட்டோமே. நாம் சொன்னதை சரியாய் கேட்காமல் ஆனியன் அல்வாவும் காரட் தோசையும் கொண்டு வந்து தொலைத்தால் அந்தக் கர்மத்தை எப்படித் தின்பது? அந்த எழவு கசக்குமா, குமட்டுமா, கண்றாவியாய் இருக்குமா என்று ஆர்டர் செய்த ஐட்டம் நம் கண் முன்வந்து வைக்கப்படும் வரை பாதாதிகேசமும் பீதி படரும். மனம் படபடக்கும். பசி பறந்தே போய்விடும்.

அப்படி இல்லாமல் நாம் ஆர்டர் செய்த மாத்திரம் அதை அப்படியே கேட்டு, 'ஓகே' என்று ஓடாமல் நாம் சொன்னதைத் திருப்பி நமக்கே ஒரு முறை சொல்லி 'இவ்வளவு தானே சார்' என்று கேட்டுப் போகும் போது நமக்குள் ஒரு திருப்தி. கேட்டது குறையில்லாமல் குழப்பமில்லாமல் கிடைக்கும் என்று. நம் கவலை புரிந்து ஒரு தரத்துக்கு இரண்டு தரம் சொல்லிக் காண்பித்துவிட்டுப்போகிறார், 'பலே' என்று நமக்குத் தோன்றும். அவரைப் பிடித்தும் போகும். பிடித்திருப்பதால் அவருக்கு அதிக டிப்ஸூம் தருகிறோம்.

நாம் என்றில்லை, பலரும் இப்படித்தானா என்று கண்டுபிடிக்கத்தான் ரிக் வான் பாரன் குழுவின் ஆய்வு. பல ஹோட்டல்களில் ஆராய்ந்தவர்கள் தங்கள் ஆய்வு முடிவுகளை Journal of Experimental Social Pscyhology 'ல் 'Mimicry for Money என்ற தலைப்பில் ஆராய்ச்சிக் கட்டுரையாக வெளியிட்டார்கள். கஸ்டமர் ஆர்டரைக் கேட்டு அவரிடமே திரும்பக் கூறிச் சென்ற சர்வர்களுக்கு மற்றவர்களைக் காட்டிலும் அதிக டிப்ஸ் கிடைத்ததாம். அப்படி என்ன பெரியதாகக் கிடைத்திருக்கும்?

சில ஹோட்டல்களில் ஆர்டரைத் திரும்பக் கூறிய சர்வர்கள் அப்படிக் கூறாமல் ஆர்டர் எடுத்த சர்வர்களைவிட எழுபது சதவீதம் அதிக டிப்ஸ் பெற்றார்களாம். இதைப் படிக்கும்போது உங்களுக்கு, பேசாமல் சர்வர் ஆகியிருக்கலாமோ என்று தோன்றுமே!

ஆர்டரைச் சரியாகக் கேட்டு, திருப்பிக் கூறி, தெளிவாகப் புரிந்து கொண்டார், அவரை நமக்கும் பிடித்திருந்தது, எல்லாம் ஓகே. அதற்காகவே அதிக டிப்ஸ் கொடுக்கிறோமா என்று நீங்கள் ஆச்சரியப் பட்டால் உங்களுக்கு 'விருப்ப விதி' (The liking rule) என்ற உளவியல் கோட்பாடு பற்றி விளக்குவது அவசியமாகிறது.

நம்மைப் போன்றவர், நம் குணாதிசயம் கொண்டவர், நம் ஊர்க்காரர் என்றால் அவரை நமக்குப் பிடித்துப்போய்விடுகிறது. ஆயுள் காப்பீடு துறை விற்பனையை ஆராய்ந்து பார்த்த உளவியலாளர்கள் வாடிக்கையாளரின் வயது, மதம், ஜாதியை ஒத்த விற்பனையாளர் அதிகம் விற்கிறார் என்று கண்டுபிடித்திருக்கிறார்கள். இத்தனை ஏன்,

சிகரெட் பிடிப்பவரை இன்னொரு சிகரெட் பிடிப்பவருக்கு எளிதில் பிடித்துவிடுகிறதாம். அதேபோல் ஆர்டர் செய்து நீங்கள் கூறியபடியே சர்வரும் கூறியதால் அவரை உங்களை அறியாமலேயே பிடித்துபோய்விடுகிறது, டிப்ஸ் அதிகம் தருகிறீர்கள் என்கிறார்கள் உளவியலாளர்கள்.

அப்படிக் கூறுபவர்களில் மேலும் இருவர் 'டான்யா' மற்றும் ' 'பார்க்'. எதிரில் இருப்பவரைப்போலவே நீங்கள் நடந்துகொள்ளும்போது அவருக்கு உங்களை பிடித்துப்போய் உங்கள் இருவருக்கும் நெருக்கம் அதிகமாகிறது என்பதை ஆய்வுகள் மூலம் விளக்கி "Journal of Personality and Social Psychology'ல் அழகான கட்டுரையாக எழுதினார்கள்.

அவர்கள் செய்த ஆய்வு ரொம்பவே சிம்பிள். தங்கள் உதவியாளரைப் பலரோடு அமர்ந்து பேசச் சொன்னார்கள். ஆய்வில் கலந்து கொண்டவர்களில் பாதி பேரோடு பேசும்போது அவர் உடல் அசைவு எப்படி இருந்ததோ அதேபோல் உதவியாளரையும் செய்யுமாறு கேட்டுகொண்டனர். ஆய்வில் கலந்துகொண்டவர் கையைக் கட்டிக்கொண்டு பேசினால் உதவியாளரும் தன் கையைக் கட்டிக்கொண்டு பேசினார். ஆய்வில் கலந்துகொண்டவர் காலை ஆட்டிக்கொண்டு பேசினால் உதவியாளரும் அவ்வாறே செய்தார். ஆய்வில் கலந்துகொண்டவர்களில் பாதி பேரிடம் இவ்வாறு ஈயடிச்சான் காப்பி மாதிரியான சம்பாஷனை செய்யப்பட மீதி பேரிடம் இவ்வாறு செய்யவில்லை அந்த உதவியாளர்.

ஆய்வில் கலந்துகொண்டவர்கள் உதவியாளருடன் பேசி முடித்த பின் அவருடனான சம்பாஷணை எவ்வாறு இருந்தது, உதவியாளர் எப்படிப்பட்டவர் என்று கேட்கப்பட்டது. யாரோடு பேசும்போது உதவியாளர் அவரைப் போலவே நடந்துகொண்டாரோ அவர்கள் எல்லாரும் தங்கள் சம்பாஷணை நன்றாக இருந்தது, அவரையும் பிடித்திருந்தது என்றனர். மற்றவர்கள் அவ்வாறு கூறவில்லை. ஏதோ இருந்தது, அப்படியொன்றும் அவரைப் பிடிக்கவில்லை என்பது போல் கூறினர்.

பேசிய ஆள் ஒன்றே. பேசிய முறை ஒன்றே. பேசியவிதத்தில்தான் கொஞ்சம் வித்தியாசம். பேசும்போது எதிராளியைப் போலவே நடந்துகொள்ளும்போது அவரை அறியாமலேயே பிடித்துப்போய் விடுகிறது என்பதே உளவியல் உண்மை. ஹோட்டலில் சர்வர்கள் அதிக டிப்ஸ் பெறும் ரகசியமும் இஃதே!

இந்த உளவியல் உண்மையைத் தொழிலில் எப்படியெல்லாம் பயன்படுத்தலாம் என்று சிந்தித்துப் பாருங்கள். வாடிக்கையாளரோடு

பேசும்போது முடிந்தவரை அவர் உடல் அசைவுகளைப் பிரதிபலிக்க முயற்சி செய்யுங்கள். அதற்கென்று அவரின் ஒவ்வொரு அசைவையும் அப்படியே 'பிட் பை பிட்' பிரதிபலிக்காமல் கொஞ்சம் காஷுவலாகச் செய்யுங்கள். அவர் கூறுவதை எல்லாம் அப்படியே சர்வர்போல் கூறித் தொலைக்காதீர்கள். கிண்டலாடா பண்ற என்று ஆபீஸ் கதவை சாத்தி, கோபத்தைக் காட்டிவிடப் போகிறார்!

அதற்குப் பதில் அவர் உங்களிடம் பேசிய விஷயங்களை, கேட்ட கேள்விகளை ஒரு தரம் சரி பார்ப்பதுபோல் அவரிடமே கூறிக் காட்டுங்கள். உதாரணத்துக்கு, 'ஏற்கெனவே நிறைய ஸ்டாக் இருக்கிறது, இது தீர பத்து நாட்கள் ஆகும்' என்று அவர் கூறினால், மீட்டிங் முடிந்து கிளம்பும்போது 'உங்கள் ஸ்டாக் தீர பத்து நாட்கள் ஆகும் என்று நீங்கள் கூறுகிறீர்கள் என்பதால் அடுத்த வாரம் வந்து உங்களைச் சந்திக்கிறேனே' என்று கூறுங்கள்.

இந்த உளவியல் உண்மையை நீங்கள் மட்டும் படித்து அதன்படி நடக்காமல் உங்கள் விற்பனையாளர்கள், கஸ்டமர் சேவை உதவியாளர்கள் என்று அனைவரிடமும் சப்ஜடாகப் பாடம் எடுத்து விளக்குங்கள். வாடிக்கையாளர் உங்கள் கம்பெனிக்கு ஃபோன் செய்து தங்கள் அதிருப்தியைத் தெரிவிக்கும்போது உங்கள் கஸ்டமர் சேவை உதவியாளரை வாடிக்கையாளர் கூறும் வார்த்தைகளை உன்னிப்பாகக் கவனித்து அதை கூறிப் பார்க்கச் சொல்லுங்கள்.

உதாரணத்துக்கு, 'கடைக்கு வந்து காசு கொடுத்து வாங்கும் போது அடுத்த நாளே பொருளை வீட்டுக்கு வந்து டெலிவரி பண்ணுவோம்னு சொன்னீங்களே. இரண்டு நாள் ஆகிடிச்சு. பொருள் இன்னும் வரல. ஐ ஆம் வெரி டிஸ்ஸப்பாயிண்டட்' என்று வாடிக்கையாளர் கூறினால், அதற்கு சமாதானம் செய்யும் வகையில் உங்கள் சேவை உதவியாளர் 'மன்னிக்கனும் சார், டிலே ஆனதால் நீங்கள் ரொம்ப டிஸ்ஸப்பாயிண்ட் ஆகியிருப்பது தெரிகிறது' என்று ஆரம்பித்தால் வாடிக்கையாளர் மனம் கொஞ்சம் ஆறும். தன் கஷ்டம் புரிகிறதே என்று உங்கள் கம்பெனி மீது கோபம் குறையும்.

அதற்கு மாறாக 'டிலே ஆனதால் உங்களுக்கு அசௌகரியம்' என்று வேறு வார்த்தையைக் கூறினால் வாடிக்கையாளருக்குக் கோபம் இன்னும் அதிகரிக்கும் சாத்தியக்கூறு உண்டு. 'ஒரு கம்பெனியை உருப்படியா நடத்தத் தெரியாத உங்க முதலாளிட்ட ஃபோனைக் கொடுங்க' என்று கேட்பார். ஜாக்கிரதை!

விருப்ப விதி வலிமையானது. வெறுப்பைக்கூடக் குறைக்கும் திறமை வாய்ந்தது. பார்த்துச் செய்யுங்கள். பரவலாய் வெல்லுங்கள்!

☐

21 எளிதில் கிடைப்பதும் அருகில் இருப்பதும் எத்தனை ஆபத்து

உங்கள் ஆங்கில அறிவைச் சோதிக்கலாம் என்றிருக்கிறேன். ரெடியா?

அதற்காகப் படக்கென்று புத்தகத்தை மூடிவிட்டு ஓடினால் எப்படி? சிம்பிளான கேள்விதான். பயப்படாதீர்கள்.

ஆங்கில வார்த்தைகளில் 'K' என்கிற எழுத்தில் ஆரம்பிக்கும் வார்த்தைகள் அதிகமா மூன்றாவது எழுத்து 'K' என்றிருக்கும் ஆங்கில வார்த்தைகள் அதிகமா?

படித்துக்கொண்டே போனால் எப்படி? பதில் சொல்லுங்கள்!

'K' எழுத்தில் துவங்கும் ஆங்கில வார்த்தைகள்தான் அதிகம் என்று நினைக்கிறீர்கள், அல்லவா?

வெரி குட். கையைக் கொடுங்கள். வாழ்த்துகள்... தப்பான விடையை சரியாகக் கூறியிருக்கிறீர்கள்!

'K' என்று துவங்கும் வார்த்தைகளைவிட இரண்டு மடங்கு அதிக வார்த்தைகளில் 'K' மூன்றாவது எழுத்தாக அமைந்திருக்கிறது. நம்பிக்கை இல்லையெனில் ஆங்கில அகராதியைப் பாருங்கள்.

நீங்கள் மட்டுமல்ல; பெரும்பாலானோர் இக்கேள்விக்குத் தவறான விடையைத்தான் தருகிறார்கள். ஏன்? எதற்கு? எப்படி?

'K'வில் துவங்கும் வார்த்தைகள்தான் மனதில் பட்டென்று தோன்றுகிறது. சட்டென்று ஞாபகத்துக்கு வருகிறது. Key, Kite, Kiss, King, Knife. அதனால் 'K'வில் துவங்கும் வார்த்தைகளே அதிகம் என்று தோன்றுகிறது. இதை 'எளிதில் கிடைக்கும் சார்புநிலை' (Availability Bias) என்கிறார்கள் உளவியாளர்கள்.

வாழ்க்கையிலும் சரி, வியாபாரத்திலும் சரி, முடிவெடுக்கும் போதும் விடையளிக்கும் போதும் அருகில் நடக்கும் விஷயத்துக்கும் டக்கென்று தோன்றும் எண்ணத்துக்கும், சமீபத்தில் கிடைத்த செய்திக்கும், சட்டென்று நினைவில் வரும் நிகழ்ச்சிக்கும் முன்னுரிமை தருகிறோம். அதைக்கொண்டே முடிவுகள் எடுக்கிறோம்.

இக்கோட்பாட்டை 1973ல் முதலில் படைத்தவர்கள் 'அமாஸ் வர்ஸ்கி' மற்றும் 'டேனியல் கான்மன்' என்னும் உளவியாளர்கள். இந்தப் பெயர்கள் எங்கேயோ கேட்டதுபோல் உங்களுக்கு இருக்க வேண்டும். இல்லையெனில் இதுவரை இந்த புத்தகத்தைப் படித்தது வேஸ்ட் என்றாகிவிடும். இவர்கள் இருவரையும் நான் ஏற்கெனவே இந்தப் புத்தகத்தில் அறிமுகப்படுத்தியிருக்கிறேன். எங்கே என்று கேட்காதீர்கள். முடிந்தால் மீண்டும் ஒரு முறை இந்தப் புத்தகத்தை முதலிலிருந்து படியுங்கள்.

மேட்டருக்கு வருவோம். மனதில் சட்டென்று தோன்றுவதால் அந்த எண்ணங்கள், செய்திகள் முக்கியமானதாகத்தான் இருக்கும் என்று நினைக்கிறோம். சட்டென்று தோன்றும் விஷயம் உண்மையாக இருக்கும் என்று உறுதியாக நம்புகிறோம்.

நம் மனதில் அந்தப் பொழுது என்ன தோன்றுகிறதோ, அந்த நேரத்தில் எந்த செய்தியை கேட்கிறோமோ, சமீபத்தில் என்ன நிகழ்வு நடந்ததோ அதைக்கொண்டே உலகைப் பார்க்கிறோம். அதுவே உண்மை என்று நினைக்கிறோம். அதன்படி உலகை அளக்கிறோம்.

பல நேரங்களில் இதுவே பொய்யாகிப்போய், தவறுகளுக்குக் காரணமாகிவிடுறது. ஆனால் மனித மனம்தான் இதை உணர மறுக்கிறது.

மனதில் ஒன்று அதிகம் தோன்றுவதால் மட்டுமே அது உண்மையாக இருக்கவேண்டிய அவசியம் இல்லை. நாம் நினைப்பதுபோல்தான் நடக்கவேண்டும் என்ற அவசரமும் இல்லை. சில நிகழ்வுகள்

மற்றவற்றைவிட நம் மனதில் நீங்காமல் நிலைத்துவிடுகின்றன. இதுவே முதலில் தோன்றுவதால் இதுவே சரியானது என்று நாம் நினைப்பதுதான் காரணம்.

'என் பக்கத்து வீட்டு தாத்தாவுக்கு எழுபது வயது. இன்னமும் தினம் மூன்று பாக்கெட் சிகரெட் பிடிக்கிறார். அவர் இருமி நான் பார்த்ததில்லை.'

'எனக்கு நினைவு தெரிந்து முதல் என் பெரியப்பா டெய்லி 'க்வாட்டர்' அடிக்காமல் படுத்ததில்லை. எண்பது வயதிலும் தனியாக டாஸ்மாக் நடந்துபோய் தானே சரக்கு வாங்கி வருகிறார்.'

இப்படிப் பலர் கூறக் கேட்டிருப்பீர்கள். இதைக் கூறுவதால் என்ன சொல்லவருகிறார்கள்? சிகரெட் பிடித்தால் ஆரோக்கியம் என்றா? தண்ணியடித்தால் தீர்க்காயுசாக இருக்கலாம் என்பதையா? அவர்கள் அருகில் நடந்த நிகழ்வு என்பதற்காக இது உண்மையாகிவிடுமா? வேண்டுமானால் தினம் மூன்று பாக்கெட் சிகரெட் ஊதி, டெய்லி க்வாட்டர் குடித்துப் பாருங்கள். சங்கு சத்தம் சீக்கிரம் உங்களுக்கே கேட்கும்!

அமெரிக்காவில் 9/11ல் ப்ளேன்கள் கடத்தப்பட்டு நடந்த பயங்கர தீவிரவாதத் தாக்குதலுக்கு பின் பலருக்கு அங்கு ப்ளேன் ஏறவே பயம். போகவேண்டிய ஊருக்கு எத்தனை நாளானாலும் காரிலேயே போய் தொலைப்போம் என்று காரில்தான் சென்றார்கள். 'வானில் பறக்கவேண்டிய ப்ளேன்கள் பில்டிங்கை உரசிக்கொண்டு போனால் பயம் இருக்கத்தானே செய்யும்' என்று தோன்றுகிறதல்லவா? அமெரிக்கர்கள் செய்தது சரியென்று உங்களுக்குப் படுகிறதல்லவா? இதுதான் சாட்சாத் எளிதில் கிடைக்கும் சார்புநிலை.

அத்தனை பயங்கரத் தீவிரவாதத் தாக்குதலுக்குப் பின் அமெரிக்க அரசாங்கம் விமான சேவையில் ஏகத்துக்குக் கெடுபிடிகளைப் புகுத்தியது. ஏர்போர்ட்டுகளில் திரும்பிய பக்கமெல்லாம் செக்யூரிட்டி. பாத்ரூமில்கூட பாதுகாப்புக்கு ஆட்கள் நிறுத்தப் பட்டனர். அந்த நேரத்தில் இருந்ததுபோல் என்றைக்குமே பலமான பாதுகாப்பு இருந்திருக்காது என்பதே உண்மை. அந்த நேரத்தில் ப்ளேனில் போவதுதான் இருப்பதிலேயே பாதுகாப்பானதாக இருந்தது. ஆனால் அப்போதுதான் பலரும் எளிதில் கிடைக்கும் சார்புநிலையில் தொபுக்கடீர் என்று விழுந்துகிடந்தார்களே!

அந்த நேரத்தில் ப்ளேனில் போக பயந்து ஏகப்பட்டவர்கள் தங்கள் கார்களில் செல்ல ஆரம்பித்ததால் ரோடுகளில் கட்டுக்கடங்காத ட்ராஃபிக். எப்போதும் இல்லாத அளவுக்கு விபத்துகள் அப்போது

தான் அதிக அளவு நடந்தன. எந்த உயிருக்கு பயந்து ப்ளேனில் பறக்காமல் காரில் சென்றார்களோ அதே உயிரை பலர் ரோட்டில் இழந்தார்கள். எளிதில் கிடைக்கும் சார்புநிலை எத்தனை வலிமையானது பாருங்கள்.

உங்கள் நண்பர்கள் பலர் கார் வைத்திருப்பதைப் பார்க்கிறீர்கள். ஊரிலுள்ள பாதி பேருக்கு மேல் கார் இருக்கிறது என்று உங்கள் மனம் கூறுகிறது. இது மெகா சைஸ் மகா தவறான எண்ணம். இந்தியாவில் கார் வைத்திருப்பவர் எண்ணிக்கை நூற்றுக்கு இரண்டு சதவீதம் மட்டுமே!

வாழ்க்கையை விடுங்கள். வியாபாரத்திலும் இந்தச் சார்புநிலை பலரைச் சடாரென்று சரிப்பதைப் பார்க்கலாம்.

டீவியில் ப்ராண்டை விளம்பரம் செய்யத் திட்டமிடும் மார்க்கெட்டர் எந்த சேனல் எந்த நிகழ்ச்சியில் விளம்பரம் செய்யலாம் என்கிற மீடியா ப்ளானை முடிவெடுக்கும்போது அவர் வீட்டில் மனைவி 'ஒரு குறிப்பிட்ட' சேனலில் நடக்கும் 'ஒரு குறிப்பிட்ட பாட்டு' போட்டியை விரும்பிப் பார்க்கிறாள், அதே நிகழ்ச்சியை தன் அண்ணன் வீட்டிலும் ஆர்வத்துடன் பார்க்கிறார்கள் என்று அதே சேனலில், அதே நிகழ்ச்சியில் விளம்பரம் செய்ய நினைப்பது தப்பாட்டம். உங்களுக்குத் தெரிந்தவர்கள் பார்க்கிறார்கள் என்பதற்காக அனைவரும் அதையே பார்க்கிறார்கள் என்பது நினைப்பதா?

சரி, இந்த கோட்பாட்டுக் குழியில் விழாமல் தப்பிக்க வழி இருக்கிறதா?

இருக்கிறது. முதல் காரியமாக, முடிவெடுக்கும்போது சமீபத்தில், அருகில், ஈசியாகக் கிடைக்கிறது என்பதற்காக ஒரு செய்தியை அப்படியே நம்பாதீர்கள். சற்றே மறந்த, அதிகம் ஞாபகத்துக்கு வராத, டக்கென்று தோன்றாத விஷயங்கள், நிகழ்வுகள் ஏதேனும் இருக்கிறதா என்பதை நினைத்துப் பாருங்கள். அப்படிப்பட்டதைத் தேடிப் பிடியுங்கள்.

மனதில் தோன்றும் விஷயத்துக்கு முக்கியத்துவம் கொடுங்கள், தப்பில்லை. அதோடு மட்டும் நிறுத்தாமல் அதற்கான ஆதாரங்களைத் தேடுங்கள். சரியான டேட்டாவின் உதவியை நாடுங்கள். உங்கள் எண்ணங்களை மட்டுமே நம்பாமல் மற்றவர்களின் உதவியை நாடுங்கள். மற்றவர்கள் என்ன நினைக்கிறார்கள் என்பதை அறிந்துகொள்ளுங்கள். அனைத்தையும் கூட்டிக் கழித்து அதன் பின் முடிவெடுங்கள்.

கையில் ரெடியாய் இருக்கிறது என்பதற்காக மட்டுமே ஒரு செய்தியை அப்படியே நம்பி முடிவெடுக்காதீர்கள். வேறு செய்தி கைவசம் இல்லை என்பதால் இதை நம்பி முடிவெடுக்கிறேன் என்று சால்ஜாப்பு கூறாதீர்கள்.

செய்தியே இல்லாமல் இருப்பதற்கு ஏதோ ஒரு செய்தி கிடைக்கிறதே என்பதற்காக தப்பான செய்தியைப் பயன்படுத்தி முடிவெடுப்பது அநியாயத்துக்குப் பாவம். அக்கிரமத்துக்குத் தப்பாட்டம்.

இந்த அபத்தத்தை விளக்கும் அந்தக் கால ஹாலிவுட் நடிகர் மற்றும் பாடகர் 'ஃப்ரான்க் சினாட்ரா' பாடிய ஆங்கில பாடல் ஒன்று நினைவுக்கு வருகிறது. அதைத் தமிழாக்கித் தருகிறேன்.

'என்னருமை காதலியே நீ என்னருகில் இல்லை
ஆகவே காதலிக்கிறேன் அருகிலிருக்கும் இவளை!'

□

22 இழக்க வெறுத்து இருப்பதை அணைப்பது வியாபாரத்திலும் உண்டு

புரியாத புது வியாதி ஒன்று நாட்டைப் பீடிக்கிறது என்று வைத்துக்கொள்ளுங்கள். ஒரு பேச்சுக்குத்தான், பயப்படாதீர்கள். நெருப்பு என்று சொல்வதால் வாய் வெந்துவிடாது. கொரானாவையே நாம் அருமையாகச் சமாளித்து விட்டோம். தைரியமாக இருங்கள். சுமார் 600 பேர்களை கொல்லும் சக்தி கொண்ட வியாதி. அதை இரண்டு விதமான வழிகளில் எதிர்கொள்ள முடியும் என்று வைத்துக்கொள்வோம்.

முதல் வழிப்படி மருத்துவ முயற்சி செய்தால் 200 பேரைக் காப்பாற்ற முடியும்.

இரண்டாவது வழிப்படி மருத்துவ முயற்சி செய்தால் 600 பேரைக் காப்பாற்றும் சாத்தியக்கூறு 33% சதவீதம் இருந்தாலும் யாரையும் காப்பாற்ற முடியாமல் போகும் அபாயம் 66% இருக்கிறது.

இந்த இரண்டு வழிகளில் ஒன்றைத்தான் தேர்ந்தெடுக்கவேண்டும் என்றால் எந்த மருத்துவ முயற்சியை தேர்ந்தெடுப்பீர்கள்?

முதல் முயற்சியை என்கிறீர்களா. குட்.

மேலும் இரண்டு முயற்சிகள் செய்து பார்க்க முடியும் என்ற ஒரு நிலை வருகிறது என்று வைத்துக்கொள்வோம்.

மூன்றாவது வழிப்படி மருத்துவ முயற்சி செய்தால் 400 பேர் இறக்கும் சாத்தியக்கூறு இருக்கிறது.

நான்காவது வழிப்படி முயற்சி செய்தால் யாரும் இறக்காமல் இருக்கும் சாத்தியக்கூறு 33%. ஆனால் 600 பேர் இறக்கும் சாத்தியக்கூறு 66%.

இப்போது எந்த மருத்துவ முயற்சியைத் தேர்ந்தெடுப்பீர்கள்.

நான்காவது முயற்சியை என்கிறீர்களா? கையைக் கொடுங்கள். உளவியலாளர்கள் 'டேனியல் கான்மென்' மற்றும் 'அமாஸ் வெர்ஸ்கி' ஆகிய இருவர் நடத்திய இந்த ஆய்வில் பெரும் பாலானவர்கள் உங்களைப் போலவே பதிலளித்தனர். முதல் இரண்டு கேள்விகள் கேட்டபோது முதல் வழியை தேர்ந்தெடுத்த பலர் அடுத்த இரண்டு கேள்விகளைக் கேட்டபோது நான்காவது வழியைத் தேர்ந்தெடுத்தனர்.

ஒன்றைக் கவனித்தீர்களா? முதலில் இரண்டு கேள்விகள் கேட்கப்பட்டன. அதற்கு பதில் கூறப்பட்ட பின் மேலும் இரண்டு கேள்விகள் கேட்கப்பட்டன. ஆக மொத்தம் நான்கு வழிகளில் மருத்துவ முயற்சி செய்யலாம் என்பதுபோல் தோன்றுகிறதல்லவா. முதல் இரண்டு வழிகள் மற்றும் அடுத்த இரண்டு வழிகளின் அர்த்தம் ஒன்றேதான். நம்பிக்கை இல்லையா. மீண்டும் ஒரு முறை நான்கு வழிகளையும் ஒருசேரப் படித்துவிட்டு வாருங்கள். நான் காத்திருக்கிறேன்.

என்ன, படித்தீர்களா? இரண்டாவது வழியை முதல் வழிக்கு ஈடாய் கேட்டபோது அது உங்களுக்குப் பிடிக்கவில்லை. ஆனால் அதையே மூன்றாவதாக ஒரு வழியைக் கூறி அதையே திருப்பிக் கேட்டபோது உங்களுக்குப் பிடித்திருந்தது.

என்ன இது? எப்படி இது சாத்தியம்?

கேள்வியைக் கேட்டவிதம் பதில்களின் நிறத்தை நிர்ணயிக்கிறது. நீங்கள் எடுக்கவேண்டிய முடிவை மனிதர்கள் இறப்பதை முன்நிறுத்திக் கேட்கும்போது ஒருவிதமாகப் பதிலளிக்கும் நீங்கள் அதே கேள்வியை மனிதர்களைக் காக்கும்விதத்தில் கேள்வியாகக் கேட்கும்போது வேறுவிதமாகப் பதிலளிக்கிறீர்கள். மனிதர்கள் இறக்காமல் காப்பதே உங்களுக்கு முக்கியமாகப்படுகிறது. இதை

'இழப்பு வெறுப்பு' (Loss aversion) என்று பெயரிட்டு அழைக்கிறார்கள் கான்மனும் வெர்ஸ்கியும்!

இழப்பு வெறுப்பு ஒரு சுவாரசியமான உளவியல் கோட்பாடு. இழக்காமல் இருப்பதையே நீங்களும் நானும் முக்கியமாகக் கருதுகிறோம். இழக்காமல் இருக்க நாம் எது வேண்டுமானாலும் செய்வோம் என்கிறது இந்தக் கோட்பாடு. வெற்றியின் சந்தோஷத்தைவிட தோல்வியின் வலியை நாம் இரு மடங்கு அதிகம் உணர்கிறோம் என்கிறார்கள். இந்தக் கோட்பாட்டை வேறொரு ஆய்வு மூலம் பார்ப்போம்.

இந்த ஆய்வில் பேஷண்டுகளிடம் இரண்டு வித ஆப்ஷன்கள் தரப்பட்டன. அதைக் கொண்டு தங்களுக்கு ஆபரேஷன் செய்யலாமா, வேண்டாமா என்பதை பேஷண்டுகள் தீர்மானிக்கவேண்டும்.

முதல் ஆப்ஷன்: ஆபரேஷன் செய்தால் பிழைக்கும் சாத்தியக்கூறு 90%. இரண்டாவது ஆப்ஷன்: ஆபரேஷன் செய்தால் இறக்கும் சாத்தியக்கூறு 10%.

இரண்டு ஆப்ஷன்களின் அர்த்தமும் ஒன்றேதான் என்றாலும் ஆய்வில் 84% பேர் பேர் முதல் ஆப்ஷனையே தேர்ந்தெடுத்தனர். ஏன் என்று இந்நேரம் உங்களுக்கே புரிந்திருக்கும்.

அர்த்தம் ஒன்றே என்றாலும் கேள்விகளைக் கேட்ட விதம் வெவ்வேறு. பிழைக்கும் சதவீதத்தைக் குறிப்பிட்ட முதல் ஆப்ஷனை 84% பேர் தேர்ந்தெடுத்தனர். ஆனால் இறக்கும் சதவீதத்தை மட்டுமே குறிப்பிட்ட இரண்டாம் ஆப்ஷனை 50% பேர் மட்டுமே தேர்ந்தெடுத்தனர். இழப்பு வெறுப்பு கோட்பாடு எப்படி நம் தேர்வுகளை முடிவு செய்கிறது என்பதைக் கவனித்தீர்களா!

ஆதாயத்தைவிட அதற்கு இணையான இழப்பைத்தான் மக்கள் பெரியதாகப் பார்க்கின்றனர். இது வியாதி, ஆபரேஷன் சமாச் சாரங்களுக்கு மட்டுமல்ல, வாழ்க்கையின் எல்லா விஷயங்களுக்கும் பொருந்தும். இழப்பு வெறுப்பின் இன்னொரு பரிமாணத்தைப் பார்ப்போம்.

நமக்குச் சொந்தமான ஒரு பொருளின் மதிப்பை ஒருவிதமாக நிர்ணயிக்கும் நாம் அதே பொருள் நமக்குச் சொந்தமில்லாத நிலையில் அதன் மதிப்பை வேறுவிதமாக நிர்ணயிக்கிறோம். பொருள் ஒன்றுதான் என்றாலும் நமக்கு சொந்தம் என்றால் அதற்கு ஒரு மதிப்பு, சொந்தம் இல்லாதபோது வேறு மதிப்பு. இதை விளக்கும் இன்னொரு உளவியல் ஆய்வைப் பார்ப்போம்.

கல்லூரி மாணவர்கள் இரு குழுக்களாகப் பிரிக்கப்பட்டனர். முதல் குழுவை 'விற்பவர்' குழு என்று அழைப்போம். இரண்டாவது குழுவை 'வாங்குபவர்' குழு என்று அழைப்போம்.

கல்லூரி புகைப்படம் பதிக்கப்பட்ட அழகான கப் ஒன்று இரண்டு க்ரூப் மாணவர்களிடமும் வழங்கப்பட்டது. 'விற்பவர்' குழுவைச் சேர்ந்த மாணவர்களிடம் இந்த கப்பை எத்தனை டாலர்களுக்கு விற்பீர்கள் என்று கேட்கப்பட்டது. சராசரி $7.12 க்குக் குறைந்து விற்கமாட்டோம் என்றனர்.

'வாங்குபவர்' குழுவினரிடம் இதே கப்பை எத்தனை டாலர் தந்து வாங்குவீர்கள் என்று கேட்கப்பட்டது. அவர்கள் சராசரியாக $2.87 க்கு மேல் அந்த கப் வாங்கத் தரமாட்டோம் என்று பதிலளித்தனர்.

ஒரே கப். ஒரே வகையான மாணவர்கள். கப் தங்கள் கைவசம் இருக்கும் போது அதற்கு ஒரு விலையை நிர்ணயிக்கிறார்கள். ஆனால் அதே கப் தங்களிடம் இல்லாதபோது அதை வாங்க அதைவிட மூன்றில் ஒரு பங்கு மட்டுமே தரத் தயாராய் இருக்கின்றனர். எதனால் இது?

இதை 'மானிய விளைவு' (Endowment effect) என்கிறார்கள் ஆய்வாளர்கள். இழப்பு வெறுப்பின் இன்னொரு வெளிப்பாடுதான் இது. நமக்கு சொந்தமான பொருளுக்கு அதிக மதிப்பு தரத் தயாராக இருக்கும் நாம், நமக்கு சொந்தமாக இல்லாதபோது குறைத்து மதிப்பிடுகிறோம். கையிலிருக்கு கப்பை இழக்க மனமில்லாததால் அதை அதிக விலைக்கு மட்டுமே விற்க நினைக்கிறோம். இழப்பு வெறுப்புதானே இதுவும்!

மானிய விளைவு என்பது ஓர் உணர்ச்சிச் சார்பு நிலை. ஒன்றை நாம் சொந்தமாக்கும்போது அல்லது சொந்தம் என்று உணர்ந்தால்கூட அறிவுக்குப் பொருந்தாதவகையில் அதன் உண்மையான மதிப்பைவிட அதிகமாக மதிப்பிடுகிறோம் என்பதை அழகாக விளக்குகிறது இந்த ஆய்வு.

இந்த உளவியல் கோட்பாடு ஓகே, இதை வைத்துக்கொண்டு வியாபாரத்தில் என்ன செய்வது என்றுதானே கேட்கிறீர்கள்?

என்னென்னவோ செய்ய முடியும். உங்கள் மார்க்கெட்டிங்கின் ஒவ்வொரு அங்குலத்திலும் சித்து விளையாட்டு விளையாடி சிட்டியையே சீரும் சிறப்புமாய் சில்மிஷத்துடன் கலக்க முடியும்.

நீங்கள் கார் ஷோரூம் ஓனர் என்று வைத்துக்கொள்வோம். வரும் வாடிக்கையாளரிடம் 'ஓட்டித்தான் பாருங்களேன்' என்று புது காரை

டெஸ்ட் ட்ரைவ் செய்ய அனுமதிக்கிறீர்கள். வந்தவர் காரில் உட்கார்ந்த மாத்திரம் மானிய விளைவு அவர் மடியிலேயே மல்லாக்க படுக்கத் துவங்கிவிடும். தன் சொந்த கார்போல் பாவித்து வந்தவர் ஓட்டிச் செல்லும்போது அவர் மனதில் 'சூப்பரான கார், விலை கொஞ்சம் அதிகமென்றாலும், இதை விடக்கூடாது, வாங்கியே தீரவேண்டும்' என்று மானிய விளைவு அவர் மனதை மயக்கத் துவங்கும்.

கார் என்றில்லை. உங்கள் துணிக்கடையில் வெறுமனே பாண்ட் ஷர்ட் டிசைன்களைப் பார்ப்பவரிடம் 'ட்ரையல் ரூமில் சென்று அணிந்து தான் பாருங்களேன்' என்று தன்மையாய் கூறிப் பாருங்கள். கடையில் ஹாங்கரில் தொங்கும்போது விலை அதிகமாகத் தெரியும் அதே ஷர்ட் தன் உடம்பில் போட்டு கண்ணாடி முன் நிற்கும்போது அவ்வளவு அதிக விலையாகத் தெரியாது. வாங்கவும் செய்வார்!

இந்த டெக்னிக்கைப் பல ஆன்லைன் கம்பெனிகள் கனஜோராகப் பயன்படுத்தி பயனடைகின்றன. எங்கள் வெப்சைட்டில் பிடித்த பொருளை ஆர்டர் செய்யுங்கள். வாங்கிப் பயன்படுத்துங்கள். பிடித்திருந்தால் பணம் தாருங்கள் என்று கூறுவது எதனால் என்று இப்போது உங்களுக்குப் புரிந்திருக்குமே. பொருளைப் பயன் படுத்திய பின் அது தங்கள் பொருள் என்று நினைக்கும் மனித மனம் அதன் விலை நியாயம்தான் என்று கண் மூடி க்ரெடிட் கார்டை எடுத்து ஆன்லைன் கம்பெனிக்குத் தேய்க்கத் தயாராகிவிடும்!

நாமக்கல்லில் உள்ள 'அர்பன் ஹோம்ஸ்' என்ற ஃபர்னிச்சர் கடை இதற்கெல்லாம் ஒரு படி மேலே சென்றுவிட்டார்கள். அவர்கள் தங்கள் கட்டில், மெத்தை பிரிவில் இந்த உளவியல் கோட்பாட்டை சூப்பராகப் பயன்படுத்துகிறார்கள். கடைக்குக் குழந்தையோடு வரும் பெற்றோர்களிடம் தங்கள் கட்டில் மெத்தையை வெறுமனே காட்டுவதில்லை. குடும்பத்தோடு ஒரு தரம் படுத்தே பாருங்களேன் என்று ப்ரைவசி உள்ள ஒரு பிரத்யேக இடத்தைக் காட்டுகிறார்கள். வரும் வாடிக்கையாளர்கள் குழந்தையோடு அதில் படுத்துப் பார்த்து கட்டில் மெத்தையின் தன்மைகளை அனுபவித்துப் பார்த்துப் புரிந்து கொள்ளமுடிகிறது. ஒரு முறை குடும்ப சமேதராக கட்டிலில் படுக்கும் போது அந்தக் கட்டில் அவர்களுக்கு சொந்தமானதாகவே நினைக்க முடிகிறது. விலையை மீறி பெரும்பாலானவர்களை வாங்கவும் வைத்துவிடுகிறது!

ஒன்று புரிந்துகொள்ளுங்கள். நீங்கள் விற்க நினைக்கும் பொருளைப் பார்க்கும் வாடிக்கையாளர்களில் பலர் அதை வாங்கவேண்டாம் என்று நினைப்பதில்லை. வாங்குவதா வேண்டாமா என்ற

முடிவெடுக்க முடியாமல் தான் திணறுகின்றனர். இது போன்ற நேரங்களில் இழப்பு வெறுப்பு கோட்பாட்டைத் தெளிவாகப் புரிந்து சரியாகப் பயன்படுத்தினால் உங்களுக்கு பிரயோஜனம்.

இழப்பு வெறுப்பு கோட்பாடு வாடிக்கையாளர் மனதில் டென்ஷனை உண்டு பண்ணுகிறது. என்ன டென்ஷன்?

வாடிக்கையாளர்களிடம் ஏற்கெனவே இருப்பதற்கும் புதிய பொருள் வேண்டும் என்ற ஆசைக்குமிடையே நடக்கும் டென்ஷன். அந்த டென்ஷனைக் குறைக்க நீங்கள் விற்க நினைக்கும் பொருளை அவர்கள் சொந்தமாக நினைக்கும்படிச் செய்தால் மீதி வேலையை இழப்பு வெறுப்பு கோட்பாடு பார்த்துக்கொள்ளும்!

சில ஆன்லைன் ப்ராண்டுகள் இழப்பு வெறுப்பு கோட்பாட்டைச் சாமர்த்தியமாக வேறு ஒருவிதத்தில் பயன்படுத்துவதையும் பார்க்கலாம். ஈ-காமர்ஸ் சைட்டுகளில் உள்ள பொருள்களைப் பார்த்துக்கொண்டு வருபவர்கள் தங்களுக்குப் பிடித்த பொருள்களை செலக்ட் செய்தால் அது அவர்களுடைய ஷாப்பிங் கார்ட்டில் சென்று அமரும். ஷாப்பிங் கார்ட் என்றால் அது ஒரு தனி இடம் அல்ல. உங்கள் அக்கவுண்ட்டில் ஒரு ஃபோல்டர் என்று வைத்துக் கொள்ளுங்கள். அதில் உங்கள் பெயரில் ரிசர்வ் செய்து வைக்கப்படும் என்று வைத்துக்கொள்ளுங்கள். நீங்கள் பாட்டுக்கு அந்த சைட்டிலுள்ள மற்ற பொருள்களை பார்த்துக்கொண்டே வரலாம். பலரும் இப்படித்தான் ஆன்லைன் ஷாப்பிங் செய்வார்கள்.

பிறகு என்ன காரணத்துக்காகவோ பலர் தாங்கள் செலக்ட் செய்து ஷாப்பிங் கார்ட்டில் வைத்திருக்கும் பொருள்களை வாங்காமல் விட்டு சைட்டை விட்டு வெளியேறிவிடுவர். இப்படிச் செய்பவர்கள் ஏதோ ஒன்றிரண்டு பேர் அல்ல, பல்லாயிரக்கணக்கானவர்கள் இதை ஒரு தொழிலாகவே செய்து வருபவர்கள்.

சரி, வாங்காமல் போய்விட்டார்கள், ஒழிந்து போகிறது என்று ஆன்லைன் கம்பெனிகள் அவர்களை அப்படியே லேசில் விட்டுவிடாது. அதுதான் அவர்கள் தங்களுக்குப் பிடித்தமான பொருளை செலக்ட் செய்து தங்கள் ஷாப்பிங் கார்ட்டில் வைத்து விட்டார்களே. அப்படி செலக்ட் செய்த நேரத்திலேயே அங்கு எண்டோமெண்ட் எஃபெக்ட் ஆரபித்துவிட்டதே. கொக்கியில் உள்ள புழுவை மீன் கடித்துவைத்த பின், அந்த மீனைச் சும்மா விட்டுவிட முடியுமா?

அவர் அடுத்த முறை அதே சைட்டுக்கு வரும்போது அவரை ஞாபகப்படுத்தும். 'உங்கள் கார்ட்டில் வைத்திருப்பதை

மறக்காதீர்கள், அது உங்களுடையது, இன்றே வாங்குங்கள்' என்று மெசேஜ் தரும். அது மட்டுமல்ல. அவருக்கு ஈமெயில் அனுப்பும். 'ஷாப்பிங் செய்த உங்கள் பொருள்கள் உங்கள் கார்ட்டில் உங்களுக்காகக் கன்னி கழியாமல் காத்திருக்கின்றன. ம்ம்ம்ம் உங்கள் பொருள், வாங்க வாருங்கள்' என்று ஞாபகப்படுத்தும். படுத்தி எடுக்கும்.

பிறகென்ன, அது தான் 'உங்கள் பொருள், உங்கள் ஷாப்பிங், உங்கள் ஷாப்பிங் கார்ட், உங்களுக்காகக் காத்திருக்கின்றன' என்று கொஞ்சாத குறையாக, கெஞ்சாத கலையாக அந்த சைட் கூறிய பின் அவர்தான் வாங்காமால் விடுவாரா? அந்த சைட்தான் அவர் வாங்காமல் இருந்தால் விட்டுவிடுமா?

மானிய விளைவு மானாவாரியாய் வேலை செய்யும்போது மனித மனம்தான் மயங்காமல் இருக்குமா?

□

23 அடித்துவிட்டு அணைத்தால் ஆல் இஸ் வெல்

ஜிம் சென்றிருக்கிறீர்களா? பிடிக்கிறதோ இல்லையோ ஒரு வாரம் போய் பாருங்கள். உங்கள் உடம்பு இளைக்குமா தெரியாது, ஆனால் உங்கள் வியாபாரத்தைப் பெருக்கும் வழி அங்கு தெரியும்!

முதல் நாள் இருபது கிலோ வெயிட்டைத் தூக்கச் சொல்வார்கள். அடுத்த நாள் பத்து கிலோ வெயிட்டைத் தந்து தூக்கச் சொல்வார்கள். முதல் நாளைவிட இரண்டாம் நாள் உங்களுக்கு பாரம் குறைந்தது போல் தெரியும்.

அதற்கு பதில் முதல் நாள் உங்களை ஐந்து கிலோ வெயிட்டைத் தூக்கச்சொல்லி மறுநாள் பத்து கிலோ வெயிட்டைத் தூக்கச் சொன்னால் இரண்டாம் நாள் தூக்கிய வெயிட் பாரமாகத் தெரியும்.

இரண்டு நாளும் நீங்கள் தூக்கிய வெயிட் என்னவோ அதே பத்து கிலோதான். அதில் எந்த மாற்றமும் இல்லை. மாறியது அதைப் பற்றிய உங்கள் பார்வை மட்டுமே!

இதை 'புலனுணர்வு மாறுபாடு' (Perceptual contrast) என்று பெயரிட்டு அழைக்கிறார்கள் சமூக உளவியலாளர்கள். எந்த விஷயத்தின் தன்மையையும் அப்படியே பார்க்காமல் மற்ற

விஷயங்களோடு ஒப்பிட்டுப் பார்க்கிறோம். மனிதப் பிறவியே இப்படித்தான். ஒன்றை அதன் தன்மைக்கேற்ப மட்டுமே பார்க்க நமக்குத் தெரிவதில்லை. அதை இன்னொன்றோடு ஒப்பிட்டுப் பார்த்துதான் அதன் தன்மையை எடை போடுகிறோம். மனக் கண்ணோட்டத்தில் நாம் பார்க்கும் யாவையுமே நாம் கம்பேர் செய்து மட்டுமே மதிப்பிடுகிறோம்!

இது ஏதோ ஜிம்மில் வெயிட் தூக்கும் விஷயங்களுக்கு மட்டும் பொருந்தும் மேட்டர் என்று நினைக்காதீர்கள். வாழ்க்கையில் நாம் எடுக்கும் எல்லா முடிவுகளும் இவ்வாறே என்கிறார்கள் உளவியலாளர்கள். நாம் முதலில் பார்க்கும் விஷயம், தெரிந்து கொள்ளும் மேட்டர், பெறும் அனுபவம்தான் நாம் பார்க்கும் மற்ற விஷயங்கள், மேட்டர்கள், அனுபவங்கள் மீதான நம் கருத்தைத் தீர்மானிக்கின்றன.

'ஸகாரி டோர்மலா', 'ரிச்சர்ட் பெட்டி' என்ற இரண்டு உளவியலாளர்கள் செய்த ஆய்விலிருந்து ஆரம்பிப்போம். 'ஸ்மித்ஸ்' என்ற கற்பனையாக ஒரு டிபார்ட்மெண்ட் ஸ்டோரை உருவாக்கி அதைப் பற்றிய செய்தியை ஆய்வில் கலந்துகொண்டவர்களைப் படிக்கச் சொன்னார்கள். ஆய்வில் ஒரு பிரிவினருக்கு ஸ்மித்ஸ் பற்றிய சுருக்கமான செய்தி மட்டுமே அளிக்கப்பட்டது. அதாவது இல்லாத அந்த டிபார்ட்மெண்ட் ஸ்டோரின் ஒரு பகுதியைப் பற்றிய செய்தி மட்டுமே தரப்பட்டது. ஆய்வில் கலந்துகொண்ட மற்றவர்களுக்கு ஸ்மித்ஸ் பற்றிய முழு விவரங்கள் அதாவது அதன் ஆறு பகுதிகளைப் பற்றிய செய்தி தரப்பட்டது. அதன் பின் 'ப்ரவுன்' என்று இன்னொரு இல்லாத டிபார்ட்மெண்ட் ஸ்டோர் பற்றிய செய்தி ஆய்வில் கலந்துகொண்டவர்கள் படிக்கத் தந்தனர். ஸ்மித்ஸ் போல் இல்லாமல் ஆய்வில் கலந்துகொண்டவர்கள் அனைவருக்கும் ப்ரவுன் டிபார்ட்மெண்ட் ஸ்டோரின் ஆறு பிரிவுகள் பற்றி செய்தி தரப்பட்டது.

ஆக, ஆய்வில் கலந்துகொண்டவர்கள் இரண்டு பிரிவினர். ஸ்மித்ஸ் பற்றி சுருக்கமான செய்தியைப் படித்து அதன் பின் ப்ரவுன் பற்றி நிறையத் தெரிந்துகொண்டவர்கள். இவர்களை முதல் பிரிவு என்று அழைப்போம்.

அடுத்த பிரிவு ஸ்மித்ஸ் பற்றி நிறையத் தெரிந்துகொண்டு அதன் பின் ப்ரவுன் பற்றி நிறையத் தெரிந்துகொண்டவர்கள். இவர்களை இரண்டாம் பிரிவு என்று அழைப்போம். எந்தப் பிரிவினருக்கு ப்ரவுனின் செய்தி வசப்படுத்துவதாய், வாங்க வற்புறுத்துவதாய் அமைந்தது என்று நினைக்கிறீர்கள்?

தங்கள் ஆய்வையும் அதன் முக்கிய முடிவுகளையும் Journal of Experimental Social Psychology'ல் 'Contextual and Perceived Knowledge என்று கட்டுரையாக வெளியிட்டனர் ஆய்வாளர்கள்.

இரண்டாம் பிரிவினருக்குத்தான் ப்ரவுனின் செய்தி வசப்படுத்துவதாய் வற்புறுத்தும்விதமாய் தெரிந்தது. முதலில் குறைந்த செய்தி தரப்பட்டு அடுத்த ப்ராண்ட் பற்றி அதிக செய்தி தரப்படும்போது அடுத்த ப்ராண்டை வாங்கத் தூண்டுவதாய் அமைந்துவிட்டது என்கிறார்கள்.

இந்த உண்மையை ஊர்ஜிதப்படுத்த இன்னொரு ஆய்வையும் மேற்கொண்டார்கள். முதல் ஆய்வில் கலந்துகொண்டவர்கள் அல்லாத வேறு சில புதியவர்களிடம் இந்த ஆய்வு நடத்தப்பட்டது. இதே கற்பனையான ப்ரவுன் டிபார்ட்மெண்ட் ஸ்டோர்தான் இந்த ஆய்விலும். ஆனால் ஒரு சின்ன வித்தியாசம். இம்முறை ப்ரவுன் செய்தியோடு ஒப்பிட அவர்கள் பயன்படுத்தியது 'மினி கூப்பர்' என்ற காரின் செய்தியை. மினி கூப்பர் என்ற புதிய காரைப் பற்றி சுருக்கமான செய்தி முதல் பிரிவினருக்குத் தரப்பட்டது. அதன் பின் ப்ரவுன் டிபார்ட்மெண்ட் ஸ்டோர் பற்றிய விரிவான செய்தி தரப்பட்டது. இரண்டாம் பிரிவினருக்கு மினி கூப்பர் பற்றிய விரிவான செய்தி தரப்பட்டு அதன் பின் ப்ரவும் பற்றிய முழு விவரங்கள் தரப்பட்டன. என்ன ஆனது?

ஆச்சரியம் ஆனால் உண்மை. முதல் பிரிவைச் சேர்ந்தவர்களைவிட இரண்டாம் பிரிவைச் சேர்ந்தவர்களுக்கு ப்ரவுனின் செய்தி வசப்படுத்தியது, வாங்க வற்புறுத்தியது. உளவியல் உண்மை புரிகிறதா?

முதல் செய்தி சம்பந்தப்பட்டதாக இல்லாமல் இருந்தாலும் பரவாயில்லை. விவரமான அதிக செய்தி வசப்படுத்தும், வாங்க வற்புறுத்தும். எல்லாம் சாட்சாத் புலனுணர்வு மாறுதலானந்த சுவாமிகளின் புல்லரித்து புளகாங்கிதம் தரும் பொற்பாத அருள் கடாட்சம் தான்!

*1974*ல் நடந்த ஒரு உண்மைச் சம்பவத்தைக் கூறுகிறேன். அப்போது தான் உங்களுக்கு இந்த கோட்பாட்டின் தாத்பரியம் மேலும் புரியும். சாதாரணமாகப் புரியாது. மயிர்கூச்செறியப் புரியும்.

'ஃபிலிப் பெடீட்' என்ற ஃப்ரான்ஸ் நாட்டைச் சேர்ந்தவர். அவருக்கு ஒரு நாள் நடக்க ஆசை வந்தது. இதெல்லாம் ஒரு ஆசையா என்று அலுத்துக்கொள்ளாதீர்கள். தரையில் நடந்தால் தான் தேவலையே, சாருக்கு கட்டடங்களுக்கு இடையே கம்பி கட்டி அதன் மீது நடக்க

ஆசை. அதுவும் எந்த கட்டடங்கள் மீது என்று நினைக்கிறீர்கள். அப்போது உலகிலேயே உயரமான கட்டடங்களான ந்யூ யார்க் வர்ல்ட் ட்ரேட் செண்டரின் இரண்டு டவர்களுக்கு இடையே கம்பி கட்டி அதன் மீது 'உலவும் தென்றல் காற்றினிலே' என்று பாடிக்கொண்டே நடந்து செல்ல ஆசை!

கையில் பேலன்ஸ் செய்ய நீண்ட குச்சியை கையில் எடுத்துக்கொண்டு எந்தவிதப் பாதுகாப்பும் இல்லாமல், கீழே நெட், பஞ்சு மெத்தை ஏதும் இல்லாமல் நடக்கவேண்டும் என்ற வேறு ஆசை. ஆறு வருடம் பயிற்சி செய்தார். அந்தக் கட்டடங்களுக்கிடையேயான காற்றின் வேகத்தை ஆய்வு செய்தார். அந்த இடத்தின் சீதோஷ்ண நிலையைப் புரிந்துகொண்டார். பத்தாதற்கு ஹெலிகாப்டரில் அந்தக் கட்டடங் களுக்கு மேலே பறந்து அங்கிருந்து நடக்க வேண்டிய இடம், அங்கிருந்து தெரியும் காட்சிகளை அனைத்தையும் புரிந்து கொண்டார். நிறைய ஃபோட்டோ எடுத்தார். 'நான் ரெடி நடக்க' என்று உலகுக்கு அறிவித்தார்!

1974 ஆகஸ்ட் மாதம் 7 ஆம் தேதி நாம் காலை எழுந்து தூக்கக் கலக்கத்தில் பெட்ரூமிலிருந்து பாத்ரூமுக்கு கையில் ப்ரஷ்ஷுடன் ஆடிக்கொண்டே போவோமே அதுபோல் சர்வ சாதரணமாகக் குச்சியைக் கையில் பிடித்துக்கொண்டு வர்ல்ட் ட்ரேட் செண்டரின் ஒரு மாடியிலிருந்து இன்னொரு மாடிக்கு படு சௌக்கியமாக நடந்து சென்றுவிட்டார்.

உலகமே வாயை விரித்து வியந்தது. அந்தத் திறந்த வாயை மூடாமல் 'உங்களுக்கு எப்படி இந்த அசாத்தியம் சாத்தியமானது' என்று ஃபிலிப்பைக் கேட்க அவர் சிரித்துக்கொண்டே 'ஹெலிகாப்டரில் இருந்து கீழே பார்த்த பிறகு அந்த கட்டடங்களுக்கிடையே நடப்பது அப்படி பெரிய உயரமாக எனக்குத் தெரியவில்லை' என்றார். புலனுணர்வு மாறுபாட்டின் மகத்துவம் புரிகிறதா!

இந்தக் கோட்பாடை கம்பெனி சேல்ஸ்மென் முதல் வீட்டு ப்ரோக்கர்கள் வரை ஜோராகச் செயல்படுத்தமுடியும். அப்படி ஒருவர் பயன்படுத்தி பட்டையைக் கிளப்பிய அழகைத்தானே கண்ணால் பார்த்துத் தெரிந்துகொண்ட கதையை Influence என்ற தன் புத்தகத்தில் விவரிக்கிறார் 'அரிஸோனா பல்கலைக்கழ' உளவியல் மற்றும் மார்க்கெட்டிங் துறை பேராசிரியர் 'ராபர்ட் சியால்டினி'.

வீடு விற்கும் ப்ரோக்கர்கள் தங்கள் வாடிக்கையாளர்களிடம் எவ்வாறு பேசி விற்கிறார்கள் என்று அறிந்துகொள்ள 'ஃபில்' என்பவரோடு சில நாட்கள் அவர் பணி செய்யும்போது கூடவே இருந்து கவனித்தார்

சியால்டினி. வீடு வாங்க வந்திருக்கும் வாடிக்கையாளர்களை முதலில் கண்றாவியான வீடுகளாகக் காட்டுவார் ஃபில். வீடுதான் கண்றாவி என்று பார்த்தால் அதன் விலை ஏகத்துக்கும் இருக்கும். பார்ப்பவர்கள் மிரண்டே போவார்கள். நல்ல வீடு கிடைக்காதா என்று ஏங்கும் நிலைக்குத் தள்ளப்படுவார்கள்.

இது போன்ற கண்றாவி வீடுகளை முதலில் காட்டிவிட்டு பிறகு நல்ல வீடுகளைக் காட்டுவார் ஃபில். குப்பையைக் காட்டிவிட்டுச் சுத்தத்தைக் காட்டினால் எப்படி விரியுமோ அப்படி விரியுமாம் வாடிக்கையாளரின் கண்கள். ஓட்டையும் உடைசலுமாக இருந்தும் விலை அதிகமான வீடுகளைப் பார்த்துவிட்டு, கொஞ்சத்துக்குக் கொஞ்சம் நல்ல வீடுகள்கூட இப்போது பிரமாதமாகத் தெரியும் வாடிக்கையாளர்களுக்கு. பலருக்கு அடுத்துக் காட்டிய வீடுகள் பிடித்துப்போய் ஃபில் கையைப் பிடித்து 'சட்டுபுட்டுன்னு முடிச்சு கொடுத்துடங்க ஃபில்' என்று கூறுவார்கள்.

பத்து கிலோ வெயிட்டை ஈசியாய் தூக்க முதலில் இருபது கிலோ வெயிட்டைத் தூக்க வைக்கும் அதே ஜிம் டெக்னிக்தான் ஃபில் விற்பனையில் பயன்படுத்தியதும். இதில் இன்னொரு தமாஷ் உண்டு. வாடிக்கையாளர்களுக்கு முதலில் காட்டுவதெற்கென்றே இது போன்ற சில பாடாவதி வீடுகளைப் பத்திரப்படுத்தி வைத்திருந்தாராம் ஃபில். இப்படி சின்ன கல்லைக் காண்பித்து பெரிய கல்லை விற்று கலகலவென்று காசு பார்க்கிறாராம் கில்லாடி ஃபில்!

நீங்கள் விற்கும் பொருள், புரியும் சேவை போன்றவற்றை லேசில் மாற்ற முடிவதில்லை. ஆனால், அவை மற்றவற்றுடன் ஒப்பிட்டுப் பார்க்கும்விதத்தை மாற்றியமைக்க முடியும். அதை சமயோஜிதமாகச் செய்தால் உங்கள் பொருள், சேவையின் மதிப்பைக் கூட்டவும் முடியும். இதை ஓர் அழகான ஆய்வு மூலம் விளக்குகிறார்கள் 'நோஹ கோல்ட்ஸ்டீன்', 'ஸ்டீவ் மார்டின்' மற்றும் 'ராபர்ட் சியால்டினி' என்கிற சமூக உளவியலாளர்கள் தாங்கள் சேர்ந்து எழுதிய '**YES!** 50 Scientifically Proven Ways to Be Persuasive' என்ற புத்தகத்தில்.

ஃபிட்டிங்க்ஸ், எலக்ட்ரானிக் பொருட்கள் போன்றவற்றை விற்கும் இங்கிலாந்து கடை ஒன்று பல வருடங்களுக்கு முன் தங்கள் பேக்யார்ட் பாத் டப்ஸை விற்க கஷ்டப்பட்டது. வீட்டின் பின்புறம் தோட்டத்தில் நிறுவப்படும் குளியல் தொட்டிகள் இவை. நீச்சல் குளம்போல் இல்லாமல் ஹோட்டல் பாத்ரூம்களில் வைக்கப்படும் குளிக்கும் தொட்டிகள் போன்றவை. இதைத் தோட்டத்தில் வைத்து அதில் தண்ணீரை நிரப்பி அதில் உடம்பை நனைத்தவாறே ஒரு

புத்தகத்தைப் படிப்பது அல்லது கையில் சரக்கை வைத்துக்கொண்டு மெதுவாகக் குடிப்பது மேலை நாட்டவர்களுக்குப் பிடித்த விஷயம்.

இந்தக் கடை விற்கும் பாத் டப்ஸின் விலை கொஞ்சம் அதிகமே. ரொம்ப இல்லை, சுமார் ஏழாயிரம் பவுண்டுகள். உடனேயே இந்திய மதிப்பின்படி என்ன என்று கணக்கு போட துவங்காதீர்கள். அது தெரிந்தால் ஆயுசுக்கும் குளிக்கவேமாட்டீர்கள்!

இதன் அதிக விலை வாடிக்கையாளர்களை வாங்கவிடாமல் யோசிக்க வைக்கும் என்பதை உணர்ந்த அந்த கடை ஒரு வித்தியாசமான விற்பனை வித்தையைக் கடைபிடித்தது. கடைக்கு வருபவர்களிடம் இந்த டப்பை வாங்கிய வாடிக்கையாளர்கள் தங்கள் வீட்டின் பின்புறம் ஒரு பிரத்யேக ரூமைக் கட்டுவதைவிட இந்த டப்பை வாங்கி நிர்மாணிப்பது விலை குறைவானது என்று கருதினர் என்று கூறியது. அதோடு நில்லாமல் டப்பைப் பார்க்க வந்தவர்களிடம் ஒரு எக்ஸ்ட்ரா ரூம் கட்ட எத்தனை செலவாகும் என்று யோசித்துப் பாருங்கள் என்று கூறியது. இன்னொரு ரூம் கட்ட இதைவிட மிக அதிகமாகச் செலவாகும் என்பது கடைக்குத் தெரியும்.

என்ன நடந்திருக்கும் என்று நினைக்கிறீர்கள்?

கிட்டத்தட்ட ஒரு ஸ்பா ரேஞ்சுக்கு இருக்கும் இவ்வகை பாத் டப் ஏழாயிரம் பவுண்ட்தானே. அதுவே தனியாய் ஒரு ரூம் கட்டுவதென்றால் இதைவிட அதிகமாக அல்லவா செலவாகும். ரூம் கட்டுவதைவிட இந்த பாத் டப்பே மேல் என்று பலர் பாத் டப்பை வாங்கிச் சென்றனர்.

அப்படி என்ன பெரியதாக விற்றிருக்கும் என்று வினவுபவர்களின் அன்பார்ந்த கவனத்துக்கு: அதிகம் ஒன்றுமில்லை. முன்பை விட ஜஸ்ட் ஐநூறு சதவீதம் அதிகம் விற்றன. அவ்வளவே!

www.ingramcontent.com/pod-product-compliance
Lightning Source LLC
La Vergne TN
LVHW100338051026
849518LV00003B/838
9788194932147